மரணம் இல்லா வாழ்வு

(சொற்பொழிவுகள்)

கி. வா. ஜகந்நாதன்

Title: Maranam Illa Vazhvu

Author: Ki. Va. Jagannathan

Language: Tamil

First Published on: 1957

Year of Publication: 2025

Book Format: Paperback

*Page Size: 6inch * 9inch*

Category: Religious

Subject: Religious Essays

No. of pages: 142

ISBN: 978-81-997774-0-8

Published by: Nilan Publishers, Madurai, Tamilnadu, India

பொருளடக்கம்

குறிப்புகளுக்காக

முகவுரை

அலங்கார மாலையில் இது ஐந்தாவது புத்தகம். கந்தர் அலங்காரப் பாடல்களில் ஆறு (21-6) இதில் விளக்கம் பெறுகின்றன. தேனாம்பேட்டை ஸ்ரீ பாலசுப்பிரமணியர் திருக் கோயிலில் வியாழன் தோறும் மாலை 7 மணி முதல் 8-30 மணி வரையில் நடைபெறும் சொற்பொழிவுகளே இப்போது புத்தகங்களாக உருவாகின்றன என்பதையும், இத் துறையில் பேருதவி புரிகிறவர் அன்பர் ஸ்ரீ ஆனந்தன் என்பதையும் முன்பே தெரிவித்திருக்கிறேன்.

சொற்பொழி வாதலின், பல பல கருத்துக்களை விரிவாகச் சொல்ல வேண்டிய அவசியம் நேர்கிறது. எழுத்தாக இருப்பின் இன்னும் சுருக்கிக் கொள்ளலாம். ஒரு கருத்தை விளக்குவதற்குக் காட்டும் மேற்கோளின் மூலத்தை மாத்திரம் சொல்லி விட்டுவிட்டால், பேச்சின் வேகத்தினிடையே மேற்கோளின் பொருத்தம் தெளிவாக விளங்காது. ஆகையால் மேற்கோளையும் விளக்கி, இன்னதற்கு அது மேற்கோளாவது என்பதையும் புலப்படுத்த வேண்டியிருக்கிறது.

இந்த விரிவுரைகள் கந்தர் அலங்கார விரிவுரைகள் என்று சொல்வதோடு, ஒரு வகையில் நம்முடைய சமய நெறியைப்பற்றிய விரிவுரைகள் என்று கூடச் சொல்லலாம்.

ஒரு பாடலில் தலைமையான கருத்து ஒன்றாக இருந்தாலும் வேறு கருத்துக்களும் அதனைச் சார்ந்திருக்கும். அவற்றையும் விளக்க வேண்டும்; அப்போது வேறு கருத்துக்களும் இடையிலே வரும்.

இந்தப் புத்தகத்தில் வரும் ஆறுபாடல்களில் "மரணப்ர மாதம்", "தண்டாயுதமும்", "நீலச்சிகண்டியில்" என்ற பாடல்கள் மரணத்தை வெல்லும் செய்தியைச் சொல்வன. முதல் பாட்டு,

மரணப்ர மாதம் நமக்கில்லை யாம்; என்றும்
வாய்த்ததுணை
கிரணக் கலாபியும் வேலும் உண்டே; கிண்
கிணிமுகுன

சரண! ப்ர தாப! சசிதேவி மங்கல்ய
தந்துரக்ஷா
பரண! க்ரு பாகர! ஞானா கர! சுர
பாஸ்கரனே!

என்பது. இதில் முன் இரண்டடிகளில் பாட்டின் தலைமை யான கருத்து வருகிறது. மரணம் இல்லா வாழ்வையும், வேலும் மயிலும் துணையாக நிற்றலையும் அங்கே காண்கிறோம். அவற்றின் பின் முருகனை முன்னிலைப் படுத்தித் துதிக்கிறார் அருணகிரிநாதர். ஆறு வகையாக முருகனை விளிக்கிறார். கிண்கிணி முகுள சரண, ப்ரதாப, சசிதேவி மங்கல்யதந்து ரட்சாபரண, க்ருபாகர, ஞானாகர, சுரபாஸ்கரனே என்பவை அவை.

இந்தப் பாடலுக்கு விளக்கம் கூறும்போது, 'மரணம் என்ற தவறு நமக்கு இல்லை' என்று சூத்திரம் போல அருணை முனிவர் சொல்லியிருப்பதைத் தெளிவாக்காமல் இருக்க முடியுமா? 'இறைவன் திருவருளைப் பெற்றவர்களுக்கு மரணம் இல்லா வாழ்வு கிடைக்கும்' என்று சொன்னால் போதாது. 'அவர்கள் உடம்பை விட்டுப் போனாலும் அது மரணம் ஆகாது' என்ற உண்மையை விளக்கினால்தான் அது விளங்கும். ஆகவே, மரணம் என்பது இன்னதென்றும், அருள் பெற்றோர் உடலை நீத்து மறைவதற்கும் ஏனையோர் கள் இறப்பதற்குமிடையே உள்ள வேற்றுமை இன்ன தென்றும், விடுதலை யடைவதையும் சிறை மாற்றம் பெறு வதையும் போன்றவை அவை என்றும் சொல்லி விளக்கியிருக்கிறேன். வேறுவேறு உவமைகளை எடுத்துக் காட்டிக் கருத்தைத் தெளிவாக்கும் போது இந்தப் பகுதி விரிவடைகிறது. பாட்டின் தலைமைக் கருத்தே இதுதானே? இதைத் தெளிவாக விரித்துரைப்பது இன்றியமையாத தல்லவா?

அடுத்த செய்தி வேலும் மயிலும் துணையாக நிற்கும் திறம். இவ்விரண்டையும் பற்றி முன்பே சொல்லியிருத்தலால் இங்கே ஓரளவு விளக்கிச் சொன்னேன்.

பிறகு விளிகள் வருகின்றன. கிண்கிணி முகுளம் என்பதை விளக்குவதும், பிரதாபத்துக்கும் கீர்த்திக்கும் உள்ள வேறுபாட்டை எடுத்துரைப்பதும் இவ்விடத்தில் அவசிய மாக இருந்தன. முருகன் பிரதாபம் உடையவன் என்பதை அவன் சசிதேவி மங்கல்ய தந்துவை ரட்சித்த செய்தியே காட்டுகிறதென்று தொடர்பு படுத்திச் சொல்ல வாய்ப்புக் கிடைத்தது. அந்தக் கதையைச் சற்றே விரித்துக் கூறினேன்.

பின்பு, கிருபாகரன் என்பதை விளக்குகையில் அது கீர்த்தியைச் சொல்வது என்று பொருத்திக் காட்டினேன். ஞானாகரன், சுரபாஸ்கரன் என்பவை பின்பு விளக்கம் பெற்றன.

இறுதியில் பொருளைத் தொடர்பு படுத்தி முடித்துக் காட்டுகையில் நாம் எவ்வாறு மரணத்தை வெல்லலாம் என்பதைச் சிறிது சொன்னேன். அருட்பா ஒன்று அக் கருத்துக்குத் துணை செய்தது.

இப்படிப் பிரித்துப் பிரித்து விளக்கித்தொடர்புபடுத்தி முடிக்கும்போது, இந்தச் சொற்பொழிவு 24 பக்கங்களை அடைத்துக்கொண்டு விடுகிறது. சொற்பொழிவு நிகழும் போது ஒன்றரை மணி நேரம் ஆகிறது. அப்போது சொன்னவற்றில் சில சில பகுதிகளை நீக்கியே இவற்றை உருவாக்குகிறேன்.

சொற்பொழிவினூடே தொடர்ச்சி வேண்டும் என்பதை மறவாமல் கடைப் பிடிக்கிறவன் நான். ஒரே தலைப்பாக இருந்தால் அந்தத் தொடர்ச்சி நன்றாக அமைந்து விடும். பல செய்திகளைச் சொல்லும் பாடல்களாதலின் பல கருத்துக்கள் இடையிடையே வருகின்றன. அவற்றைத் தொடர்புபடுத்திப் பார்த்தால் பாடலின் கருத்து நன்றாக உள்ளத்தே பதியும். கூடிய வரையில் இந்தத் தொடர்பை எடுத்துக்காட்ட முயன்றிருக்கிறேன்.

“மொய்தாரணி குழல் வள்ளியை வேட்டவன்” என வரும் பாட்டில், வள்ளியை வேட்டதற்கும் தமிழால் வைதாரை வாழ வைப்பதற்கும் உள்ள பொருத்தத்தை ஒருவாறு எடுத்துக் காட்டியிருக்கிறேன்.

'தெய்வத் திருமலைச் செங்கோட்டில் வாழும் செழுஞ் சுடரே' என்ற பாடல் அருணகிரியார் வாழ்க்கையோடு தொடர்புடையது என்பதைக் கந்தர் அநுபூதிப் பாடல் ஒன்றை ஆதாரமாகக்கொண்டு காட்டியிருக்கிறேன்.

"கின்னங் குறித்தடியேன்” என்ற பாட்டில் முற்பகுதிக்கும் பிற்பகுதிக்கும் உள்ள இயைபு பாட்டில் விளக்கமாக இல்லை.ஆயினும் அருணகிரியார் வேறு வேறு இடங்களில் அருளியவற்றைக்கொண்டு அவ்வியைபைத் தெரிந்து கொள்ள முடிகிறது. அதை இந்தச் சொற்பொழிவில் காணலாம்.

அருணகிரியார் செய்த புதுமைகளில் யமனை முன்னிலைப் படுத்தி அறைகூவும் முறை ஒன்று. "தண்டாயுதமும்" என்ற பாடல் அத்தகையது. அப் பாட்டில் தொண்டே ஞான மாதலை விரிவாக விளக்கியிருக்கிறேன்.

"நீலச்சிகண்டியில்" என்ற பாட்டில் உள்ள சீலம் இன்னதென்பதைச் சற்றே விரிவாகச் சொல்லியிருக் கிறேன்.

இதில் வரும் பாடல்களில் மூன்று (1,3,4) முருகனை முன்னிலைப்படுத்திப் பாடியவை; மற்ற மூன்றும் (2,5,6) படர்க்கைப் பரவல். முதற்பாட்டில் வடமொழிச்சொற்கள் மிகுதியாக விரவியிருக்கின்றன. பின்னும் சில பாடல்கள் இப்படி வருகின்றன. திருப்புகழில் வடசொற்களும் தொடர்களும் மிகுதியாகக் கலந்து வரும் இடங்கள் பல.

மரணத்தை எண்ணி அஞ்ச வேண்டாம் என்பதை வேறு வேறு வகையில் அருணகிரியார் சொல்கிறார். இதில் மூன்று பாடல்கள் உள்ளன. அவற்றை அடுத்தடுத்துப் பாராயணம் பண்ணுவதனால் நம் உள்ளம் உறுதி பெறும். இறைவனுடைய திருவருளில் முழு நம்பிக்கை வைத்து ஒளி

நெறியிலே பழகுகிறவர்களுக்கு இவை போன்ற பாடல்கள் துதிகளாகவும், மந்திரமாகவும், கவசமாகவும் பயன் படுபவை.

காந்தமலை
கல்யாண நகர்
சென்னை-28

கி.வா.ஜகந்நாதன்

18-4-'57

மரணம் இல்லா வாழ்வு

மரணம் தவிர்க்க முடியாதது

ஞானம் பெற்றவர்கள் இந்த உலக வாழ்வு நிலையாதது என்பதை உணர்கிறார்கள்; இறைவன் நித்தியமான பொருள் என்பதையும் அறிகிறார்கள். நமக்கு மரணம் நிச்சயம் என்பதைத் தெளிந்துகொண்டு நமக்குத் துணையாக இருப்பது இறைவன் திருவருள் என்று உறுதியாக உணர்ந்து அதனை அடைய முயற்சி செய்கிறார்கள். இந்த இரண்டு வகையான அறிவில் நாம் மரணம் அடைவோம் என்ற ஒன்றை எல்லோரும் அறிவார்கள்.

சிறு பையனானாலும் உலகில் பிறந்த மக்கள் யாவரும் நிச்சயமாக மரணத்தை அடைவார்கள் என்ற உண்மையை அறிவான். அதற்காகச் சாஸ்திரம் படிக்க வேண்டாம். புராணம் எதையும் படிக்கவேண்டாம். வேதாந்த நூல்களை ஆராய்ச்சி பண்ண வேண்டாம். பிரத்தி யட்சமாகப் பார்த்து வருகின்ற உண்மை அது. அப்படி உள்ள மரணம், "நமக்கு இல்லை'' என்று அருணகிரியார் சொல்கிறார்.

மரணப்ரமாதம் நமக்கு இல்லையாம்.

பிரமாதம்

பிரமாதம் என்பதற்கு வடமொழியில் தவறு என்று பொருள். ஆனால் தமிழில் அதன் பொருள் மாறிவிட்டது. இசைக் கச்சேரி நடக்கிறது. ''அடடா! கல்யாணி ராகத்தில் பாடிய பாட்டு எப்படி இருந்தது தெரியுமா? பிரமாதம், பிரமாதம்!" என்கிறார் ஒருவர். ஒரு திருமணத்திற்காகப் பந்தல்

போட்டிருக்கிறார்கள். மிக அலங்காரமாகப் போட்டிருக்கும் அதைப் பார்த்து, "பந்தல் மிகப் பிரமாதமாக இருக்கிறதே!" என்கிறோம். இப்படி, "அழகு, இனிது, நன்று" என்று சொல்வதற்கெல்லாம் பிரமாதம் என்று சொல்வது வழக்கமாகப் போய்விட்டது. ஆனால் வடமொழியில் அந்தச் சொல்லுக்குத் தவறு என்றே பொருள். அந்தப் பொருளில்தான் இந்தப் பாட்டில் உபயோகிக்கிறார் அருணகிரியார்.

யாவரும் மரணம் என்றால் அஞ்சுகிறார்கள். அவர், "அந்தப் பயம் நமக்கு இல்லை" என்று பெருமிதத்தோடு சொல்கிறார். பல பல இடங்களில் 'நான், எனக்கு' என்று சொல்லி வந்தவர் இங்கே, 'நமக்கு" என்கிறார். அப்பர் சுவாமிகள் மிகமிகப் பணிவு உடையவர்.

"குலம்பொல்லேன் குணம்பொல்லேன் குறியும் பொல்லேன்"

என்று தம்மைச் சொல்லிக்கொள்கிறார்.ஆனால் இறைவன் திருவருட் பேற்றைப் பெற்ற பெருமிதத்தில்,

"நாம்ஆர்க்கும் குடியல்லோம் நமனை அஞ்சோம்"

என்று மிடுக்கோடு பாடுகிறார். எல்லோரும், "ஐயோ!" என்று அலறும் இடத்தில் அவர், "நாம்" என்று தலை நிமிர்ந்து பேசுகிறார். அதுபோலவே அருணகிரிநாதர், "மரணம் எனக்கு இல்லை" என்று சொல்ல வேண்டியவர், "மரணம் என்ற தவறு நமக்குக் கிடையாது' என்று பேசு கிறார். அது அவருடைய பெருமிதத்தைக் காட்டுகிறது.

தவறாவது என்ன? மனிதன் வாழ்நாளில் செய்ய வேண்டிய காரியங்களைச் செய்யாமல் அல்லாத காரியங்களைச் செய்தால் தவறு செய்தான் என்று சொல்வோம். அந்தப் பிழைக்கு என்ன பயன்? மற்றொரு பிழை பயனாக) விளையும். தினை விதைத்தால் தினை விளையும்; வினை விதைத்தால் வினை விளையும். பிழைக்குப் பிழைதானே விளையும்? வாழ்நாளில் செய்யவேண்டிய காரியங்கள்

அல்லாதவற்றைச் செய்தால் தவறு ஆகிய மரணம் சம்பவிக்கும்.

"மரண ப்ரமாதம் நமக்கு இல்லையாம்" என்று அருணகிரியார் சொல்கிறாரே ; மரணம் இல்லாமல் நாம் இருக்க முடியுமா? மரணம் இல்லாப் பெருவாழ்வு என்பது ஒன்று உண்டா? இதைச் சற்று ஆராய்ந்து பார்க்கலாம்.

மரணம் என்பது யாது?

உடம்பு ஐந்து பூதங்களால் ஆனது. தாய் வயிற்றில் கருவாகிப் பின்பு அந்தக் கரு முதிர்கிறது; வெளிவந்து நிமிர்ந்து வளர்ந்து வருகிறது; விதை முளைத்துச் செடியாகி மரமாகிக் கப்பும் கிளையுமாகப் படர்ந்து வளர்வதுபோல வளர்கிறது. எந்தப் பொருளுக்குத் தோற்றம் உண்டோ அந்தப் பொருளுக்கு நிச்சயம் அழிவும் உண்டு. "தோற்றம் உண்டேல் மரணம் உண்டு'' என்று சுந்தரமூர்த்தி சுவாமிகள் சொல்கிறார். தோற்றிய உடம்பு நிச்சயமாக மறையும். உடம்பு மறைவதுதான் மரணம். உலகில் யாரானாலும், சிவஞானம் பெற்றவர்களாக இருந்தாலும், நிச்சயமாக இறந்து போவார்கள். எட்டு வயசில் இறந்து போகிறவர் களும் இருக்கிறார்கள். எண்பது வயசில் இறந்து போகிற வர்களும் இருக்கிறார்கள். நூற்றாண்டுக்கு மேல் ஒருவன் வாழ்ந்தான் என்றாலும் அப்புறம் மரணம் அடையத்தான் வேண்டும். உடம்பு எல்லோருக்கும் கடைசியில மரித்துப் போகும். கடுமையான யோகத்தினால் பல ஆண்டுகள் இளமையோடு வாழ்கிறவர்களானாலும் அவர்கள் ஆயிரம் ஆண்டுகளுக்குப் பிறகாவது மரணம் அடையத்தான் வேண்டும். உடம்பு: பஞ்ச பூதங்களால் ஆனது. ஐம் பெரும் பூதங்கள் இருக்கும் வரையில், தவம், யோகம் முதலியவற்றால் வாழ்ந்து கொண்டிருக்க வகை தேடிக் கொண்டாலும், ஐம்பெரும் பூதங்களும் மங்கும் பிரளயம் உண்டாகும்போது பஞ்சபூதங்களான உடம்பும் அழிந்தே போகவேண்டும்.

"அப்படி இருக்க, அருணகிரிநாத சுவாமி நமக்கு மரணம் இல்லை என்கிறாரே; எந்தத் தைரியத்தைக் கொண்டு சொல்கிறார்? நமக்கு என்று சொல்வதனால் எல்லோரையும் சேர்த்துச் சொல்கிறாரா?" என்ற ஐயப்பாடு எழலாம். எல்லோரையும் சேர்த்துச் சொல்வதற்கு அவருக்கு உரிமை இல்லை. தம்மையே குறிப்பிட்டுச் சொல்கிறார். அப்படிச் சொல்ல அவரிடம் என்ன சாமர்த்தியம் இருக்கிறது? அவரும் உடம்பு படைத்தவர் அல்லவா?

மரணத்துக்கு அஞ்சாதவர்கள்

மரணம் இல்லாப் பெருவாழ்வு இன்னது என்று முதலில் நாம் தெரிந்துகொள்ளவேண்டும். உடம்பிலிருந்து உயிர் போய் விட்டால் மரணம் அடைந்தான் என்று சொல்கிறோம். ஒருவன் நோய்வாய்ப்பட்டு இறந்து போகிறான். மற்றொருவன் மார் அடைப்பினால் மரிக்கிறான். வேறொருவன் கார் விபத்தில் அகப்பட்டுக் கொண்டு மாளுகிறான். இப்படி உயிர் உடம்பை விட்டுப் புறப்படுகின்ற முறையில் பல வேறுபாடு இருந்தாலும், மரணம் என்பது எல்லோருக்கும் பொதுவாகவே இருக்கிறது. மரணத் தினால் ஏற்படுகின்ற துன்பத்தைக் கண்டு சிலர் எமன் என்றைக்கு வந்துவிடுவானோ என்று பயத்தால் செத்துக் கொண்டிருக்கிறார்கள். "சாவு என்றைக்கு வந்தாலும் கவலை இல்லை" என்று இருப்பவர்கள் எமனுக்குப் பயப்படுவதில்லை. தாயுமானவர்,

"சந்தமும் வேதமொழி யாதொன்று பற்றினது
தான்வந்து முற்றும் எனலால்
சகமீ திருந்தாலும் மரணம்உண் டென்பதைச்
சதாநிஷ்டர் நினைவ தில்லை"

என்கிறார். எப்பொழுதும் சகஜ நிஷ்டையில் இருப்பவர்கள், தாம் அடைய வேண்டியதை அடைந்து, புளியம் பழத்தில் பழமும் ஓடும் இருப்பதுபோல உடம்போடு இருக்கும்போதே உடம்பின் வாசனையை எல்லாம் மாய்த்து

விட்டு வாழ்கின்ற பெருமக்கள். இந்த உலகத்தில் இருந் தாலும் மரணம் உண்டென்ற பயம் அவர்களுக்கு இராது. மரணம் வந்தால் அதனால் ஏற்படும் துன்பம் அவர்களுக்கு இல்லை.

அச்சத்துக்குக் காரணம்

மரணத்துக்கு அஞ்சுவது ஏன்? பல காலம் இவ் வுடம்பில் இருந்த உயிர் போவதனால் ஏற்படும் பிரிவுத் துன்பந்தான் அதற்குக் காரணம். கையை வெட்டும் போது ஏற்படும் வலியைப்போல உயிர் உடம்பினின்றும் போகும்போது துன்பம் ஏற்படும் என்பது சரி அல்ல. உண்மையில் ஆண்டவன் ஒரு நிலைக்குமேல் துன்பமோ, வலியோ அதிகமானால் அதை நாம் உணராதிருக்கும் படியான சக்தியைக் கொடுத்திருக்கிறான். ஒருவனுக்கு ஜூரம் 105 டிகிரிக்கு மேல் போய்விட்டது என்றால் உடனே மயக்கம் வந்து விடுகிறது. ஒரு குறிப்பிட்ட அளவுக்கு மேலே மயக்கம் உண்டாவதனால் உடம்பு படுகிற அவஸ்தையை அறிவு தெரிந்து கொள்வது இல்லை. ஆகவே உயிர் போகும்போது, 'இந்த உடம்பை விட்டுப் போகிறோமே; இனி என்ன ஆகுமோ?' என்ற எண்ணத்தினால் ஏற்படும் பயந்தான் பெரிய துன்பமாக விளைகிறது. இந்த உடம்பு நமக்குச் சொந்தம் என்ற நம்பிக்கையோடு இதனிடம் அதிகப்பற்றுக் கொண்டமையினால் அஞ்சுகிறோம்.

உடம்பைப் பற்றி மாத்திரம் அல்ல, உடம்போடு சம்பந்தப் பட்ட மக்கள், உடம்போடு சம்பந்தப்பட்ட சொத்துக்கள், உடம்போடு சம்பந்தப்பட்ட வாழ்க்கை ஆகிய எல்லா வற்றையும் பிரிகிறோமே என்று எண்ணி மனம் துன்புறு கிறது; இனிப் போகிற இடம் எப்படி இருக்குமோ என்ற கவலை உண்டாகிறது.

தண்ணீர் இல்லாக் காட்டில் ஓர் அதிகாரி இருக்கிறார். அவர் மேலதிகாரியிடம் நல்ல பெயர் வாங்கியவர். அவருக்கு மாற்றலாகிறது. அதனால் அவர் மிகவும் சந்தோஷப்படுகிறார்.

மற்றொருவர் தஞ்சை ஜில்லாவில் இருக்கிறார். அவருக்கு மாற்றலாகிறது. ஆனால் மாற்றலாகி விட்டதே என மிகவும் கவலைப்படுகிறார். "ஐயோ! வேறு ஊருக்குப் போய்ச் சேர வேண்டுமே!" என்று துன்பப் படுகிறார். இருவருக்கும் மாற்றல் என்பது பொதுவானது. ஆனால் ஒருவர் உள்ளத்தில் மகிழ்ச்சியும், மற்றவருக்குத் துக்கமும் உண்டாகக் காரணம் என்ன? 'தண்ணீர் இல்லாக் காட்டில் இத்தனை நாள் மிகவும் துன்புற்றோம். இப்பொழுதாவது நல்ல இடத்திற்கு நம்மை மாற்றினார்களே என்று எண்ணி, இருக்கும் இடத்தைவிடப் போகிற இடம் நல்லது என்ற நினைப்பினால் அதை வரவேற்கிறார் ஒருவர்; அதனால் அவர் சந்தோஷப்படுகிறார். மற்றவரோ, 'இத்தனை நாள் மிகவும் மகிழ்ச்சியாக இந்தத் தஞ்சை ஜில்லாவில் இருந்துகொண்டிருந்தோம். நம்மைத் தண்ணீர் இல்லாக் காட்டுக்கு மாற்றிவிட்டார்களே! அங்கே போய் எத்தனை துன்பப் படவேண்டுமோ தெரியவில்லையே!' என்று எண்ணி வருந்துகிறார்.

அதே போல நாம் இந்த உடம்பை விட்டுப் போகும் போது, போகிற இடம் நல்லதாக இருக்குமென்று தெரிந்து கொண்டால் போகத் தயாராக இருப்போம். இனி வருகின்ற பிறவியில் நமக்கு இதைக் காட்டிலும் சிறந்த இன்பம் உண்டு என்ற நிச்சய புத்தி உடையவர்கள் இந்த உடம்பை விடுவதால் துன்பப்படமாட்டார்கள்.

கரும்பு போட்டவன்

"கரும்பாட்டிக் கட்டி சிறுகாலைக் கொண்டார்
துரும்பெழுந்து வேங்கால் துயராண்டு உழவார் ;
வருந்தி உடம்பின் பயன்கொண்டார் கூற்றம்
வருங்கால் பரிவ திலர்"

என்பது நாலடியாரில் வரும் பாட்டு.

நன்றாக விளைந்து முற்றின கருப்பங்காடு. கருப்பங் கழியை வெட்டி, ஆலையில் இட்டுக் கருப்பஞ்சாறு பிழிந்து, வெல்லம் சர்க்கரை முதலியவை யாவும் பண்ணி லாபம் அடையலாம்

என்று தோட்டக்காரன் நினைத்துக் கொண் டிருக்கிறான். யாரோ பொல்லாதவன் ஒருவன் அந்தக் காட்டில் நெருப்பை வைத்துவிட்டான். கருப்பங்காடு தீப் பற்றி எரிகிறது. தீயிலே கருப்பங்கழிகள் எல்லாம் வெந்து சாம்பலாகின்றன. அதைப் பார்த்துத் தோட்டக் காரன் அலறித் துடித்துப் போகாமல் என்ன செய்வான்?

ஆனால் வேறு ஒருவன், விளைந்த கரும்பை எல்லாம் வெட்டி ஆலையில் இட்டு வெல்லமாக்கி விட்டான். அவன் தோட்டத்திலே கருப்பஞ் செத்தைகள்தாம் காடாகக் கிடக்கின்றன. அங்கே ஒருவன் நெருப்பை வைத்து விட்டான் என்றால் அந்தத் தோட்டக்காரன் துன்பப் படுவானா ? 'நானே அந்தக் காட்டில் நெருப்பை வைத்துத் தோட்டத்தைச் சுத்தமாக்க வேண்டுமென்று நினைத்தேன். நல்ல வேளை ! எவனோ வைத்தான். எனக்குப் பாடு இல்லாமல் போய்விட்டது' என்று எண்ணி மகிழ்வான். அதைப் போலவே, இறந்து போகின்ற மக்கள் துன்பப் படுகிறதற்குக் காரணம், உடம்பினால் அநுபவிக்க வேண்டியவைகளை இன்னும் அநுபவித்து முடிக்க வில்லையே ! இந்த உடம்பு அழிந்துவிட்டால் என்ன செய்வது?' என்ற நினைவே. இந்த உடம்பை வைத்துக் கொண்டு எத்தனையோ இன்பங்களை அடைய வேண்டு மென்ற ஆசை இருக்கிறது. அந்த ஆசை ஒவ்வொரு கணமும் மிகுந்து வருகிறது. படிப்படியாக வளர்கிறதே அன்றிக் குறைவது இல்லை. இரண்டு அநுபவித்தால் நான்கு வேண்டுமென்று ஆசை கூடுகிறது. பலவற்றை அநுபவிக்க வேண்டுமென்ற ஆசை இருப்பதனால் உயிருக்கு உடம்பை விட்டுப் போக மனம் இல்லை.

ஒருவன் தினமும் கஞ்சி சாப்பிடுகிறான். கஞ்சி சாப்பிடுவதை விட்டுவிடு என்றால் அவன் விடுவதில்லை. கஞ்சிக்குப் பதிலாக அவனுக்குப் பால் கிடைக்கும் என்ற உறுதி இருக்குமானால் அவன் கஞ்சி சாப்பிடுவதை நிறுத்தக் கவலைப்படமாட்டான்.

அதைப்போல அறநெறியில் செல்வதன் மூலம் இறைவனுடைய இன்ப அநுபவங்கள் நிச்சயமாக உண்டாகும் என்று தெரிந்தால் இந்தப் பிறவியில் இந்திரியங்களினால் ஏற்படுகின்ற இன்ப சுகத்தை விட்டுவிடச் சித்தமாக இருப்பார்கள் மக்கள். இந்தப் பிறவியில் இந்திரிய சுகம் என்ற அநுபவம் நமக்குத் தெரிகிறது.வேறு வகையான அநுபவம் நமக்கு இல்லை. இப்போது உண்டாகும் சுகத்திற்குரிய கருவியாக இருக்கிற உடம்பை விட மனம் வருவதில்லை. வேறு வகையான இன்ப அநுபவம் உண்டு என்று சிலர் சொல்கிறார்கள் ; ஆனால் நாம் அதை நம்புவது இல்லை. அப்படி ஓர் அநுபவம் இருக்கிறது உண்மைதான் எனத் தெரிந்து, அது நமக்குக் கிடைக்கும் என்றும் தெரிந்தால் அதை நாடுவார்கள் அல்லவா? அப்படித் தெரிந்து கொண்டவர்களே ஞானிகள். அவர்கள் மரணத்துக்கு அஞ்சுவதில்லை.

விடுதலையும் சிறை மாற்றமும்

ஒரு பெரிய சிறைக்கூடம் இருக்கிறது. அந்தச் சிறைக் கூடத்தில் பல வகையான கைதிகள் இருக்கிறார்கள். அவர்களோடு சத்தியாக்கிரகம் செய்து சிறைப்பட்ட அரசியல் கைதிகளும் இருக்கிறார்கள். அவர்களில் இரண்டு பேர் ஒரு நாள் வெளிவந்தார்கள். ஒருவன் சத்தியாக்கிரகம் செய்து சிறைக்குச் சென்றவன். அவனை வரவேற்க நாலுபேர் மாலையுடன் வெளியே காத்துக் கொண்டிருக்கிறார்கள். வந்தவுடன் அவனுக்கு மாலையிட்டுக் காரில் ஏற்றி அழைத்துச் செல்கிறார்கள். நேரே வீட்டுக்குப் போகிறான் அவன். மற்றொருவனும் வெளிவருகிறான். அவனைச் சுற்றியும் நாலுபேர் இருக்கிறார்கள். அவன் கழுத்தில் மாலை சூட்டவில்லை. கையில் விலங்கு பூட்டிக் காரில் ஏற்றிக்கொண்டு செல்கிறார்கள்.

இரண்டு பேரும் சிறையிலிருந்து வெளிப்பட்டு நல்ல காற்றைச் சுவாசிக்க ஆரம்பித்தவர்களே. முதல்வனுக்கு விடுதலை. ஆகவே மிக்க மகிழ்ச்சியோடு மாலையும் கழுத்துமாகத் தன் வீட்டுக்குச் செல்கிறான்.

மற்றொருவனுக்கோ சிறை மாற்றம். இந்தச் சிறையிலிருந்து கோயம்புத்தூர்ச் சிறைக்கு அனுப்பப்படுகிறான். நாலுபேர் காவலாக உடன் இருக்கிறார்கள். இரண்டு பேரும் சிறையிலிருந்து வெளிவந்தவர்கள் தாம். ஆயினும் ஒருவனுக்கு விடுதலை; மற்றொருவனுக்குச் சிறைமாற்றம். இரண்டும் ஒன்றாகுமா? ஒரு சிறையிலிருந்து வேறு சிறைக்கு மாற்றப்படுபவன் இன்னும் எத்தனை சிறைகளுக்கு மாற்றப்படுவானோ, தெரியாது.

ஞானிகளும் மரணம் அடைகிறார்கள். அஞ்ஞானிகளும் மரணம் அடைகிறார்கள். இருவர் மறையும் செயல்களும் ஒன்றாவதில்லை.

மரணம் வந்தால் அது நமக்கு விடுதலை ஆகாது. நேரே நாம் வீட்டுக்குப் போவதில்லை. விலங்கு மாறுவதில்லை. நமக்கு ஏற்படுவது சிறை மாற்றந்தான். நம்மை ஒரு சிறையிலிருந்து மற்றொரு சிறைக்கு அழைத்துப் போகப் போலீஸ்காரர்களைப் போல எமகிங்கரர்கள் தாம் வருகிறார்கள். ஆனால் ஞானிகள் அடையும் மரணமோ விடுதலை. அவர்கள் இன்ப துன்பங்களை அநுபவிக்க வேண்டிய காலம் முற்றுப் பெற்றமையினால், சிறையில் இருக்கும் போதே நல்ல பிள்ளையாக இருந்துவிட்டமை யால், அவர்களை நேரே வீட்டுக்குத் தேவர்கள் வந்து அழைத்துப் போகிறார்கள்; வீடாகிய மோட்சத்திற்கு விமானத்தில் ஏற்றி அழைத்துப் போகிறார்கள்.

யமகிங்கரரும் கணங்களும்

ஒரு கதை சொல்வார்கள். யாரோ ஒருவன் உயிரோடு இருக்கும்போது மிக்க பாவங்களைச் செய்து வந்தான். இவற்றை எல்லாம் எமன் குறித்துக் கொண்டே வந்தான். ஒரு நாள் அவன் மீனாட்சியம்மையைத் தரிசனம் செய்திருக்கிறான். அதை எமன் குறித்துக் கொள்ளவில்லை. அவன் மரணம் அடைந்தான். அவனை அழைத்து வர அம்மை சிலரை அனுப்பினாள். இதற்குள் அங்கே எமகிங்கரர்கள்

போலீஸ்காரர்களைப் போல அழைத்துப் போகக் காத்து நின்றார்கள். மீனாட்சியம்மையின் பணியாட்கள், "நீங்கள் எங்கே வந்தீர்கள்?" என்று கேட்டதற்கு, "இவன் சொல்லொணாப் பாவங்களைச் செய்திருக்கிறான். ஆகவே நாங்கள் அழைத்துச் செல்ல வந்திருக்கிறோம்" என்று சொன்னார்களாம். அதற்கு, "அவன் எத்தனை ஆயிரம் பாவங்களைச் செய்திருந்தால்தான் என்ன? ஆயிரம் பொதி பஞ்சு மூட்டை அடுக்கி வைக்கப்பட்டிருக்கின்றன; என்றாலும் ஒரு சிறு தீப்பொறி பட்டால் அவை யாவும் பொசுங்கிவிடாதா? இவன் எத்தனை பாவங்கள் செய்திருந்தாலும் ஒரு முறை எங்கள் தேவியின் தரிசனம் பெற்றான். அது போதாதா அவன் பாவங்கள் எல்லாம் அழிந்து போக?" எனச் சொல்லித் தங்கள் விமானத்தில் ஏற்றிச் சென்றார்களாம்.

கதையாக இருந்தாலும் இதன் உள்ளுறை பொருளை உணர வேண்டும். இறைவன் திருவடியில் ஈடுபட்டவர் களுக்குச் சிறைமாற்றம் இல்லை. அவர்கள் அடையும் மரணமே அவர்களுக்கு உடம்பினின்றும் உயிர்பெறும் விடுதலை ஆகிவிடுகிறது. பாவம் செய்கிறவர்களுக்கோ சிறை மாற்றம் போல உயிர் இக் கூட்டை விட்டு மற்றொரு கூட்டை அடைய மரணம் ஏற்படுகிறது. நாம் விடுதலை அடையப் போகிறோம் என்ற நம்பிக்கையுடைய கைதி தன்னுடைய விடுதலை நாள் என்றைக்கு வரும் என ஏங்கிக் காத்துக் கொண்டிருப்பது போலவே, தம் உயிர் இனி வேறு எந்த உடலுக்கும் போகாமல் நேரே வீடாகிய மோட்சத்திற்குப் போகும் என்பதை ஞானத்தினால் அறிந்தவர்கள், என்றைக்கு உயிர் விடுதலை அடையும் எனக் காத்துக் கிடப்பார்கள். தனக்கு விடுதலை கிடையாது, சிறைமாற்றந்தான் உண்டு என்பதை உணர்ந்த கைதி, "இந்தச் சிறையிலேயே இருந்து விடலாமே. இங்கே காவலர்கள் மிகவும் நல்லவர்கள். நம்மை அதிகம் அடிப்ப . தில்லை. புகை பிடிக்கச் சுருட்டுக் கொடுக்கிறார்கள். புதிய சிறை எப்படி இருக்குமோ?" என்றெல்லாம் எண்ணி அஞ்சிச் சிறைமாற்ற நாளை எதிர்நோக்கிப் பயப்படுவார்கள்.

அவ்வாறே அஞ்ஞானிகள் தமக்கு மரணம் வருகிறதே என வருந்துவார்கள்.

பரிபூரணம்

நம்மைப் போன்றவர்கள் இறந்தால் மரணம் அடைந் தார்கள் என்று சொல்லலாம். ஞானிகள், சித்தர்கள் காலமானால் பரிபூரணம் அடைந்தார்கள் என்று சொல்வது வழக்கம். பரிபூரணம் என்றால் நிறைவு என்று பொருள். யார் வாழ்க்கையில் நிறைவு அடைந்தார்களோ, அவர்கள் பரிபூரணம் அடைந்தவர்கள். சிறைவாச காலம் நிறை வேறியவர்கள் அவர்கள். மரணம் என்பது அவர்களுடைய மரணம் இல்லாப் பெரு வாழ்வின் பிறப்பு. என்றைக்கு மரணம் அடைகிறார்களோ, அன்றைக்கே அவர்களது அமர வாழ்வு தொடங்குகிறது. அதற்கு அப்பால் மீட்டும் உடம்பாகிய சிறையில் புகும் வேலை அவர்களுக்கு இல்லை.

பயண முடிவு

ஒருவர் திருவண்ணாமலை போகிறார். மெயில் வண்டியில் ஏறி விழுப்புரத்தில் போய் இறங்கிப் பிறகு பாசஞ்சர் வண்டியில் திருவண்ணாமலை போகிறார். மற்றொருவர் பம்பாயிலிருந்து வேலூர் மார்க்கமாக வருகிறார். மெயில் வண்டியில் ஏறியவர் இறங்கமாட்டார் என்றோ, பாசஞ்சர் வண்டியில் திரும்ப ஏறமாட்டார் என்றோ சொல்ல முடியுமா? எத்தனை இடங்களில் ஏறி இறங்க வேண்டுமானா லும், எந்த வண்டியில் போக வேண்டுமானாலும் போகத் தான் வேண்டும். திருவண்ணாமலை போகும் வரையில் அவர் பிரயாணம் முடிவதில்லை. அதைப்போல உயிர் பதியை அடையும் வரையில் பிறவியாகிய பிரயாணம் செய்யத்தான் வேண்டும். மிக மிக உயர்ந்த பிறவி எடுத்தவன் அடுத்த பிறவியில் உயர்ந்த நிலையிலேயே இருப்பான் என்று சொல்ல முடியாது. மெயில் வண்டியில் போனவர் இறங்கிச் சாதாரண வண்டியில் எப்படிப் போகிறாரோ அதுபோல உயர்ந்த பிறவி எடுத்தவர் அடுத்தபடி தாழ்ந்த பிறவியை அடையலாம். உயிர்

எங்கே போய் இறங்க வேண்டுமோ அங்கே போய் இறங்கிய பின்புதான் வேறு வண்டியில் ஏறவேண்டிய அவசியம் இல்லாமற் போகும்.

மங்கல மரணம்

நமக்குச் சாவு ஏற்பட்டால் மறு பிறப்பும், மீண்டும் சாவும் காத்திருக்கின்றன. ஞானிகளுக்கு அதுவே மரண மில்லாப் பெருவாழ்வின் தொடக்கமாக இருக்கிறது. இனி வேறு ஒரு பிறவியோ, சாவோ அவர்களுக்கு இல்லை. மரணத்திலும் மங்கல மரணம் ஒன்று. தவறான மரணம் ஒன்று. உலக வழக்கில் எண்பது வயசுக்கு மேல் வாழ்ந்துவிட்டு யாராவது இறந்து போனால் அதைக் கல்யாணச்சாவு என்று சொல்வார்கள். அவன் வாழ்க்கையில் அநுபவிக்க வேண்டியவற்றை அநுபவித்து விட்டுச் செத்தான்; செய்ய வேண்டியவற்றைச் செய்து விட்டுச் செத்தான்; அவன் செத்துப் போனதற்கு வருந்த வேண்டிய தில்லை. அதனால், 'பெரியவர் பழுத்த பழமாகிப் போய்விட்டார்' என்று நினைத்துக் கொண்டாடுகிறார்கள். உண்மையான கல்யாணச் சாவு இறைவனுடைய திருவருளைப் பெற்று, இனிப் பிறவியே இல்லை என்று உள்ள மரணந்தான். உயிர் விடுதலை பெற்று இறைவனது கழலடியைச் சேர்ந்து எம்பெருமானோடு கல்யாணம் நிகழும் நிலை அது. இதுவே மங்கல மரணம். இறந்து இறந்து பிறவி எடுத்து மரணம் அடைவது தவறு. அதனால் மரணத் தையே தவறு என்று சொன்னார். ஞானிகளுக்கு இந்த மரணமாகிய தவறு இராது. அது விடுதலையாக, பரிபூரண மாக இருக்கும். இதுவே மரணமில்லாப் பெருவாழ்வின் தொடக்கமாக இருக்கும்.

மரணப்ரமாதம் நமக்கு இல்லையாம்.

வாய்த்த துணை

இறைவனை நம்பினவர்களுக்கு மரணம் வராது; விடுதலைதான் கிடைக்கும். அப்படிச் சொன்னவுடனேயே நமக்கும் ஆசை உண்டாகிறது. மரணம் ஆகிய தவறு இல்லாத

மங்கல வாழ்வு கிடைக்கிறது என்று சொன்னால் யாருக்குத்தான் ஆசை இராது? "லட்ச ரூபாய் இனாம்" என்று கொட்டை எழுத்தில் விளம்பரம் செய்திருப்பதைப் பார்த்தவுடன், "அடடா! அது நமக்கு வேண்டுமானால் என்ன செய்ய வேண்டும்?" என்று எத்தனை பேர் பார்க்கிறார்கள்! ஒரு ரூபாய் கூப்பன் வாங்கி எழுதி அனுப்ப வேண்டும் என்று நிபந்தனை போட்டால் பத்து ரூபாய்க்கு வாங்கி அனுப்புவார்கள் அல்லவா? யாரிடமாவது, "லட்ச ரூபாய் இனாம் கிடைக்கும்" என்பதை முதலில் சொல்லாமல் ஒரு ரூபாய்க்குக் கூப்பன் வாங்கி அனுப்பச் சொன்னால் அனுப்புவார்களா? இவ்வுலக விளம்பரத்தைப் போலவே அருணகிரியார் முதலில், "மரணப்ரமாதம் நமக்கில்லை யாம்" என்று ஆசை காட்டுகிறார். 'அடடா! நமக்கும் அந்த மரணமில்லாப் பெரு வாழ்வு கிடைக்காதா?' என்று ஆசைப்பட்ட மக்கள் அவரிடம் சென்று, 'சுவாமி, அப்படிச் சொல்ல உங்களுக்கு யார் துணை? எமனுக்குத் தெரிந்தவர்கள் யாராவது உங்களுக்கு நண்பரா? அதனால் தான் எமன் உங்களைக் கொல்ல மாட்டானா? அவ்வழியை எங்களுக்கும் கொஞ்சம் சொல்லுங்கள்" என்று கேட்டால், அவர் சொல்கிறார்.

என்றும் வாய்த்த துணை
கிரணக் கலாபியும் வேலும் உண்டே.

"எனக்கு இந்த உலகத்தில் வாழும்போதும், இந்த உலகை விட்டு மரணம் அடைகின்ற போதும், சென்று சேர வேண்டிய இடத்திலும் வேலும் மயிலும் துணை நிற்கின்றன. எல்லாக் காலத்திலும் எனக்கு என்று அமைந்த துணை அவை. ஆகவே எனக்கு மரணமாகிய தவறு இல்லை" என்கிறார்.

கிரணக் கலாபி-ஒளி வீசுகின்ற தோகையையுடைய மயில். தவறு இருந்தால் மரணத்தை அடைவான். தவறு செய்யாமல், நெறி தவறிப் போகாதவாறு பாதுகாத்திருப்பவை இரண்டு. வேலும் மயிலும் துணை என்று சொல்லிக் கொண்டே வாழ்க்கையை நேர் நெறியில் செலுத்திக் கொண்டிருப்பவர்

அருணகிரியார். ஒளி வீசுகின் தோகையை உடைய மயில் நமக்கு எதை நினைவுறுத்து கிறது? "செல்லத் தகாத வழியில் செல்லாதே" என்று நினைவுறுத்துகிறது. வேலோ இறைவன் திருவடியில் ஈடுபடவேண்டும் என்று நினைவுறுத்துகிறது.

சூரபன்மன் பலவகையிலும் அறம் அல்லாத வழியில் போனான். இறைவனை நாயகனாகக் கொண்டு வாழாமல், காமினீ காஞ்சனத்தை விரும்பினால் சிறந்த வாழ்வு வாழ முடியாது. உலகத்திலுள்ள பொருள்களுக்கு ஆசைப்பட்டு வாழ்ந்த சூரன் என்ன கதி அடைந்தான்? இறைவனுடைய தண்டனைக்கு ஆளானான். அந்தச் சூரனே மயிலாக மாறினான். தவறு செய்து வாழ்ந்தால் தண்டனை கிடைக்கும் என்பதைக் கிரணக் கலாபி சுட்டுகிறது. இன்னது செய்ய வேண்டுமென்று சொல்வது வேல். இறைவன் திருவடி தொடங்கி முடிவரையில் நீண்டு நின்று அவன் உருவத்தை அது நமக்குக் காட்டுகிறது. "ஆசை மிகுதி ஆக ஆகச் சூரன் அடைந்த கதியே ஏற்படும்; ஆசைப்படாதே" என்று மயில் கூறுகிறது. ஒளி படைத்த வேல், வழியில் ஞான ஒளியைக் காட்டுகிறது. "அஞ் ஞானத்தை அடையாதே என்று மயிலும், ஞானத்தை அடை என்று வேலும் துணையாக நின்று சுட்டுவதனால், நான் தவறுகளைச் செய்யாமல், தவறு அல்லாத நல்ல வழியில் செல்கிறேன். அதனால் மரணப் பிரமாதம் எனக்கு இல்லையாம்" என்றார் அருணகிரியார்.

குழந்தையின் உவகை

முருகனைப் பார்த்தே இப்படிச் சொல்கிறார். சின்னஞ் சிறு குழந்தை, "அப்பா, எனக்குச் சொல்லிக் கொடுத்த படியே இன்று வாத்தியாரிடம் பதில் சொன்னேன். எனக்கு நூற்றுக்கு நூறு மார்க்குக் கொடுத்தார்" என்று சொல்வதுபோல, ஆண்டவன் திருவருளால் இந்த வாழ்வு பெற்றமையை அவனிடமே சொல்கிறார்.

கிண்கிணி முகுள
சரண! ப்ரதாப! சசிதேவி மங்கல்ய தந்து ரக்ஷா பரண!
க்ருபாகர! ஞானாகர! சுர பாஸ்கரனே!

போதணிந்த திருவடி

இதில் நான்கு பகுதிகள் இருக்கின்றன. நல்ல அழகான அர்ச்சனை இது. முதலில் திருவடியிலிருந்து தொடங்குகிறது. எந்த இடத்தில் தமக்கு உஜ்ஜீவனம் கிடைத்ததோ அந்த இடத்தை மறுபடியும் நினைக்கிறார். எல்லாவிதமான துன்பத்தையும் போக்கும் இடமாக இருப்பது ஆண்டவன் திருவடி. இறைவன் அடி சேராதார் பிறவிப் பெருங்கடல் நீந்தார் என வள்ளுவர் சொல்கிறார். துன்ப நீக்கத்திற்கு இருப்பிடமாக உள்ள ஆண்டவனது சரணாரவிந்தங்களை நினைந்து, அந்தப் பாதத்தை அழகாகப் பாடுகிறார்.

கிண்கிணி முகுள சரண!

முகுளம் என்பது மொட்டு. அரும்பாக இருந்தால் பறிக்க மாட்டார்கள். அரும்பு முதிர்ந்தால் பேரரும்பு ஆகும். அதற்குப் போது என்று பெயர். இன்ன பொழுது என்று காட்டுவதனால் அந்தப் பெயர் வந்தது. அது கொஞ்சம் வாய்திறந்து இருக்கும். நடனமாடுபவர்கள் காலில் கெச்சை கட்டிக் கொள்கிறார்கள். அதன் வாய் சிறிது திறந்திருக்கும். அந்தக் கெச்சைக்குக் கிண்கிணி என்று பெயர். இதைப் போலே அரும்பாகவும் இல்லாமல், முழுப் பூவாக வும் இல்லாமல் மலரும் பக்குவத்தில் இருக்கிற பேரரும்பானது சிறிது வாய் நெகிழ்ந்து இருக்கும். கிண்கிணியைப் போன்ற முகுளம் என்று அதைச் சொல்வார்கள்.

அன்பர்கள் ஆண்டவன் திருவடியில் நன்கு மலர்ந்த பூக்களைப் போடுவதில்லை. அரும்புகளையும் போடுவதில்லை வாய் சிறிது திறந்திருக்கிற பேரரும்புகளைப் பறித்துப் போடுவார்கள். ஆண்டவனது திருப்பாதம் கிண்கிணி முகுளங்களால் அர்ச்சனை செய்யப்பட்டிருக்கிறது. 'கிண்

கிணி போன்றுள்ள பேரரும்புகள் கிடக்கும் திருவடியை உடையவனே!' என்கிறார் அருணகிரியார்.

வீரப்புகழ்

முருகன் பிரதாபத்தை உடையவன். புகழ் இரண்டு வகையில் வருகின்றது. வீரத்தினால் வருகின்ற புகழ் ஒன்று ; ஈகையினால் வருகின்ற புகழ் ஒன்று.

"ஈதல் இசைபட வாழ்தல்"

என்று வள்ளுவர் சொல்கிறார். யார் கொடுக்கிறார்களோ அவர்கள் புகழ் பெறுகிறார்கள். ஈகையினால் வருகின்ற இப் புகழைக் கீர்த்தி என்பர். வீரத்தினால் அடைகின்ற புகழ் பிரதாபம். முருகன் மிக்க பிரதாபம் உடையவன் ; வீரத்தினால் வந்த புகழ் உடையவன்.

தாலி காத்தவன்

முருகப் பெருமான் உலகம் எல்லாம் புகழ்கின்ற பிரதாபம் உடையவன் என்பதற்கு ஓர் உதாரணம் சொல்கிறார். அவனுடைய வீரச் செயலுக்கு அடையாளமாக என்ன இருக்கிறது? ஐயக்கொடி எங்கே பறக்கிறது? வெற்றித் தூண் எங்கே நாட்டப்பட்டிருக்கிறது? தான் செய்த காரியத்தைத் தானே பெரிதாகச் சொல்லிக்கொள் பவன் அல்ல அவன். நாலணாவுக்குச் செய்கின்ற தர்மத்தை எட்டணாச் செலவழித்து எழுதி வைக்கிறவர்களைப் போல வைத்துக்கொள்பவன் அல்ல. ஆனால் அவனுடைய பெரிய வீரத்திற்கு அடையாளம் எங்கே இருக்கிறது தெரியுமா? இந்திர லோகத்திற்குப் போங்கள். இந்திரனின் அந்தப்புரத்திற்குப் போங்கள். இந்திராணியைப் பாருங்கள். அவள் கழுத்தைப் பாருங்கள். "பார்த்தால் என்ன தெரியும்?" என்றா கேட்கிறீர்கள்? அவளுடைய கழுத்தில் மங்கல நாண் இருக்கிறது அல்லவா? அந்த மங்கல நாண்தான் முருகப்பெருமானுடைய பிரதாபத்திற்கு அடையாளம்.

முருகனுடைய பிரதாபத்திற்கும், இந்திராணியின் கழுத்தில் உள்ள மங்கல நாணுக்கும் என்ன சம்பந்தம்? அந்த மங்கல நாண் சிறியது; மிக மெல்லியது தான். இவ்வளவு சிறிய மெல்லிய நாண் முருகன் இல்லாவிட்டால் அவள் கழுத்தில் 'இல்லாமல் போயிருக்கும். சூரன் வென்றிருந்தால் ஓர் அசுரக் குழந்தை இந்திரனைக் கொன்றிருப்பான். இந்திராணியின் மாங்கல்யதந்து, தாலிக் கயிறு வாங்கப்பட்டிருக்கும். அதை ரட்சிக்க வேண்டுமென்று கங்கணம் கட்டிக்கொண்டு எம்பெருமான் முருகன் அமர்க்களத்திற்குப் போனான். தாரகாசுரன் அழிந்தான்; பானுகோபன் மாண்டான்; சிங்கமுகாசுரன் மரித்தான்; சூரபன்மனும் சிதறுண்டான். அதனால் இந்திரன் வாழ்ந் தான். இந்திராணியின் கழுத்திலுள்ள மாங்கல்யமும் அறுபடாமல் பிழைத்தது. அவள் கழுத்தில் இருக்கிற மாங்கல்ய நாண் அல்லவா முருகனுடைய பிரதாபத்திற்கு அடையாளம்?

கிண்கிணி
சரண! ப்ரதாப! சசிதேவி மங்கல்ய தந்து ரக்ஷா
பரண!

சசி என்பது இந்திராணியின் பெயர். சசி தேவியினுடைய மங்கல நாணைத் தாங்கிக்கொண்டிருந்தவன் முருகன்; பாதுகாத்தவன் முருகன். அவள் கழுத்தில் கட்டிய நூல் அறுபடாமல் இருக்க வேண்டுமென்று தன் கையில் கங்கணம் கட்டிக் கொண்டவன் அவன். இதே கருத்தை அருணகிரியார் பின்னால் வேறு வகையில் சொல்கிறார். ஒரு கருத்தையே அலங்காரமாக மாற்றி மாற்றிச் சொல்கிற ஆற்றல் அவருக்கு உண்டு.

நான்கு கொம்பு படைத்த ஐராவதமாகிய வெள்ளை யானையின் மேல் வருகிறான் இந்திரன். வெள்ளி மலையே கால் படைத்து நடந்து வந்தால் எப்படி வருமோ அப்படி வருகிற அந்த யானையின் மேல் வீற்றிருக்கும் இந்திரனால் தன் மனையாட்டியின் கழுத்தில் உள்ள மெல்லிய நூலாகிய மங்கல நாணைக் காப்பாற்ற முடிந்ததா? இல்லை.

அவனுடைய இல்லக் கிழத்தி தன் கழுத்தில் இருந்த நூலை வாங்கிடாது, வேல் வாங்கிக் காப்பாற்றியவன் முருகன்.

"வெள்ளி மலையெனவே
கால்வாங்கி நிற்கும் களிற்றான் கிழத்தி கழுத்தில் கட்டும்
நூல்வாங்கி டாதுஅன்று வேல்வாங்கி பூங்கழல் நோக்கு
நெஞ்சே"

என்கிறார்.

எம்பெருமான் வீரப் பிரதாபம் உடையவன். சசி தேவி மங்கல்ய தந்து ரக்ஷாபரணனாக இருக்கிறான். அவனது பிரதாபத்திற்கு அடையாளம் சசி தேவியின் கழுத்தில் உள்ள நூல்.

கிருபை வழங்குவான்

அவன் வீரப் புகழ் மாத்திரம் உடையவன் அல்லன். ஈகைப் புகழும் உடையவன். பிறருக்கு இல்லையென்னாது கொடுத்துக் கொடுத்துப் புகழை அடைவதற்கு அவன் நிறைய அருளை வைத்திருக்கிறான். பொருளைக் காட்டிலும் சிறந்தது அருள். பொருளை மனிதன் தன்னுடைய முயற்சியினால் பெறலாம். அருளைப் பெற முடியாது. பொருள் பெற்றிருந்தாலும் அருள் இல்லாவிட்டால் அதை அநுபவிக்க முடியாது. யார் யார் தன்னுடைய சரணங் களைப் புகலிடமாகக் கொள்கிறார்களோ அவர்களுக்கு அடைக்கலம் தந்து வாரி வழங்க அருள் நிதியை வைத்திருக் கிறான். அழியாத அருட்செல்வத்தை வாரி வழங்கும் பெரிய பணக்காரனாக இருக்கிறான் எம்பெருமான்; கிருபையாகிய செல்வத்திற்கு ஆகரமாக இருக்கிறான். கிருபையை எல்லோருக்கும் தருவதற்காக நிரம்ப வைத்துக் கொண்டிருக்கிற இடமாக இருப்பவன் ஆகையால்,

கிருபாகர!

என்கிறார்.

ஞானாகரன்

அதுமாத்திரம் அல்ல. மரணம் இல்லையாக வேண்டுமானால் அறியாமை போக வேண்டும். ஞானம் பெற வேண்டும். அவன் அருளால் ஞானம் உண்டாகிறது. உயிர்கள் தங்களுடைய மரணத்தை நீக்கிக் கொள்வதற்கு வழியே அவன் தாளைப் பற்றுவது என உணர்ந்து, பற்றிய பின் ஞானத்தால் உய்வு பெறுகிறார்கள். அறியாமையில் உழன்று மரணத்தை அடைகின்ற உயிர்களுக்கு அருள் கொடுத்து ஞானத்தையும் கொடுத்து மரணமில்லாப் பேரின்ப வாழ்வைப் பெறும்படி செய்கிறான். அந்த ஞானத்துக்கு இருப்பிடம் அவன்.

ஞானாகர !

தேவசூரியன்

அவன் தேவர்களுடைய இருளைப் போக்கும் ஞாயிறாக இருக்கிறான். இராத்திரி காலத்தில் பொருள்களினுடைய உண்மை உருவம், வண்ணம் எதுவும் தெரியாமல் தவித்த நமக்குச் சூரியன் ஒளி கொடுத்துப் பொருள்களின் உருவம், வண்ணம் எல்லாம் தெரிந்துகொள்ளும்படி செய்கிறான்; இருளினால் ஏற்படுகின்ற துன்பத்தை நீக்கி இன்பத்தைக் கொடுக்கிறான்.அதுபோலவே தேவர்களுடைய உள்ளத்தில் தோன்றுகின்ற அகங்காரமாகிய இருள் நீக்கத்திற்கு எம் பெருமான் ஞான சூரியனாக இருக்கிறான். அகங்கார மமகாரங்களால் தலைதருக்கி இருக்கின்ற தேவர்களின் உள்ளத்தில் அறியாமை இருள் சூழும்போது துன்பப்படுகிறார்கள். அவர்களது துன்பத்தைப் போக்கும் எம் பெருமான் அவர்களது அறியாமை இருளை நீக்கும் சூரியனாக இருக்கிறான். ஆகவே,

சுரபாஸ்கரனே!

என்கிறார்.

“எனக்கு மரணமாகிய தவறு கிடையாது. மரணம் இல்லாப் பெருவாழ்வைப் பெறுவதற்கு எனக்குத் துணையாக இருப்பன வேலும் மயிலும். தவறான காரியங்களை விலக்கு என்று மயிலும், தவறு அல்லாத காரியங்களைச் செய் என்று ஞான வேலும் போதிக்கின்றன. இவை இரண்டும் எனக்குத் துணையாக இருப்பதனால் நான் நல்ல நெறியில் செல்கிறேன். நன்னெறியில் செல்ல எனக்குத் துணையாக இருக்கும் வேலையும் மயிலையும் உடைய எம் பெருமானாகிய நீ வீரத்தினாலும் ஈகையினாலும் படைத்த பெரும் புகழை உடையவன். உன்னுடைய வீரப்பிரதாபத்திற்கு அடையாளமாக இந்திராணியின் கழுத்தில் மங்கல நாண் இருந்து கொண்டிருக்கிறது. அறியாமை இருளைப் போக்கிக் கொள்ளும் முயற்சி உடையவர்களுக்குச் சாதன அருளை வழங்கும் கிருபாகரனாக விளங்குகிறாய். இந்த முயற்சி உண்டான பிற்பாடு ஞானத்தைக் கொடுக்கும் ஞானாகரனாகவும் நீ இருக்கிறாய். அடியேனுடைய அறியாமை இருளை மாத்திரம் போக்குகின்ற ஞான ஒளியை நீ கொடுக்கவில்லை. தேவர்களுடைய அறியாமை இருளையும் நீக்கும் சுர பாஸ்கரனாக நீ இருக்கிறாய். "நின் அருளாலேயே மரணப்ரமாதம் நமக்கில்லையாம்" என்று பெருமிதத்தோடு தமக்கு அருள் கொடுத்த ஆண்டவனிடத்திலே அருணகிரியார் சொல்கிறார்.

மரணம் இல்லா வாழ்வுக்கு வழி

அருணகிரியாரைப் போல நாமும் மரணம் இல்லாப் பெருவாழ்வு வாழலாம். வீணாகப் பயனின்றிக் காலத்தைக் கொன்றால் காலன் நம்மைக் கொன்றுவிடுவான். காலத்தைக் கொல்லாமல் பயன்படுத்திக் கொண்டால் காலனைக் கொன்று விடலாம். காலத்தை வீணாக்காமல் இறைவனோடு தொடர்புடைய நல்ல விஷயங்களைச் சொல்வதைக் காலக்ஷேபம் எனச் சொல்வது வழக்கம். நம்முடைய எண்ணங்களை எல்லாம் ஆண்டவன்பால் செலுத்தி வாழ்ந்தால் காலம் போய்க்கொண்டிருக்கும். ஆனால் போவது தெரியாது. நெடுந்தூரம் பிரயாணம் செய்கிறவன் ரெயில்

வண்டியில் ஏறிப்படுத்துக் கொண்டு விடுகிறான். காலையில் எழுந்து பார்த்தால் முந்நூறு மைல் பிரயாணம் செய்திருப்பது தெரிகிறது. அவனுக்கே தெரியாமல் முந்நூறு மைல்கள் போய் விடுகின்றன. விழித்துக் கொண்டே இருந்தான் என்றால் கொஞ்ச தூரம் பல பல காட்சிகளைப் பார்த்து வருவான். கண்ணில் கரித்துண்டு விழும்; கசக்கிக் கொள்வான். கண் மிக வெப்பமாக இருக்கும். "இன்னும் பத்துமைல்கூடப் போகவில்லையா?" என்று கவலைப்படுவான். தூங்குகிறவனுக்கோ தூரம் போவது தெரிவதில்லை.

வாழ்க்கையில் நாம் எத்தனை காலம் வாழவேண்டும் என்ற வரையறை இருக்கிறதோ அதுவரையில் தூங்க வேண்டும். தூங்குவதாவது, மனம் இறைவன் அடியில் ஒருமைப்பட்டு இருத்தல். வேலும் மயிலும் துணை என்று நினைத்து, கிண்கிணி முகுள சரணங்களில், க்ருபாகரனுடைய, ஞானாகரனுடைய, சுர பாஸ்கரனுடைய பாதங்களில் உறங்கினால் காலம் போவது தெரியாது. காலனைக் கொன்றுவிடலாம். வாழ்க்கையில் ஏற்படுகிற தாபம் நம்மை அண்டாது. காலம் போய்க்கொண்டே இருந்தாலும் நம்மளவில் நின்றுவிட்டது போல ஆகும். அதன் முடிவு கால ஜயம். அதனால் பெறுவது மரணமில்லாப் பெருவாழ்வு.

"நினைந்துநினைந்து உணர்ந்துணர்ந்து நெகிழ்ந்துநெகிழ்ந்
[தன்பே
நிறைந்துநிறைந்து ஊற்றெழும்கண் ணீரதனால் உடம்பு
நனைந்துநனைந்து அருளமுதே நன்னிதியே ஞான
நடத்தரசே என்னுடைய நாயகனே என்று
வனைந்து வனைந்து ஏத்துதும்யாம், வம்மின்உல கியலீர்!
மரணமிலாப் பெருவாழ்வில் வாழ்ந்திடலாம் கண்டீர்;
புனைந்துரையேன், பொய்புகலேன், சத்தியஞ்சொல்கின்றேன்;
பொற்சபையிற் சிற்சபையிற் புகுந்தருணம் இதுவே"

என்று இராமலிங்க சுவாமிகள் பாடுகிறார்.

இத்தகையவர்கள் மரணமாகிய தவறு இல்லை என்ற பெருமிதத்தில் மரணமில்லாப் பெருவாழ்வு வாழ்ந்தார்கள். அருணகிரி நாதரும் எம்பெருமான் முருகனுடைய, கிருபைக்கு ஆகரமாக இருப்பவனுடைய, ஞானகர னுடைய, கிண்கிணி சுர பாஸ்கரனுடைய, முகுள சரணத்தைப்பற்றி, அவன் திருக்கரத்தில் உள்ள வேலும் மயிலும் உண்டே துணை என்று நம்பி வாழ்ந்த வகையினால், "மரணப்ரமாதம் நமக்கு இல்லையாம்" என்று சொல்லும் வீறு பெற்றார்.

மரணப்ர மாதம் நமக்கில்லை
யாம்என்றும் வாய்த்ததுணை
கிரணக் கலாபியும் வேலும்உண்
டே! கிண் கிணிமுகுள
சரண!ப்ர தாப! சசிதேவி
மங்கல்ய தந்துரட்சா பரண!
க்ரு பாகர! ஞானா
சுர! சுர பாஸ்கரனே!

[மரணமாகிய தவறு நமக்கு இல்லையாகும்; எல்லாக் காலத்திலும் நமக்குக் கிடைத்துள்ள துணையாக ஒளிக் கதிர் வீசும் தோகையையுடைய மயிலும் வேலாயுதமும் இருக்கின்றன. கிங்கிணி வாய் போல உள்ள பேரரும்பு சூழ்ந்த திருவடியை உடையவனே! வீரத்தால் வரும் பிரதாபத்தை உடையவனே! இந்திராணியின் மங்கல நூலைப் பாதுகாக்கும் செயலைத் தாங்கியவனே! அருளுக்கு இருப்பிடமானவனே! ஞானத்தின் உறைவிடமே! தேவர்களின் அறியாமை இருளைப் போக்கும் சூரியனே!

ப்ரமாதம் - தவறு. கலாபி -கலாபத்தையுடைய மயில். முகுளம் - அரும்பு. சசி தேவி - இந்திராணி. தந்து-நூல். ரக்ஷா-பாதுகாப்பு. பரணன் - தரிக்கிறவன். ரக்ஷாபரணன் -பாது காப்பை மேற்கொண்டவன். சுரபாஸ்கரன் - தேவ சூரியன்.]

வள்ளியை வேட்டவன்

முருகன் வள்ளி நாயகியை மணம் செய்து கொண் டான். வள்ளியை நினைக்கும்போது அருணகிரி நாதருக்குப் பேரின்ப நினைப்பும் சேர்ந்து வருவதைப் பல பாடல்களில் பார்த்தோம். இப்பொழுது வள்ளியின் வரலாற்றைச் சொல்லித் தமிழின் சிறப்பையும் சொல்ல வருகிறார். தமிழ்ப்பெண் வள்ளியிடம் ஈடுபட்டமையால் தமிழ் மொழியினிடம் மிக்க விருப்பம் உடையவனாக முருகன் இருக்கிறான்.

மொய்தார் அணிகுழல் வள்ளியை
வேட்டவன், முத்தமிழால்
வைதாரையும் அங்கு வாழவைப்போன்.

முருகன், வண்டுகள் மொய்க்கின்ற மலர் மாலையை அணிகின்ற குழலை உடைய வள்ளியை வேட்டவன்; மணம் புரிந்து கொண்டவன். மனைவியின் வீட்டை வேட்டகம் என்று சொல்வர். வேள்வி என்பது திருமணத்துக்கும் பெயர். வேட்டல் என்பதற்கு விரும்புதல் என்பதும் ஒரு பொருள். தாய் தகப்பனார் விரும்பிப் பார்த்துக் கல்யாணம் செய்து கொள்வது ஒரு முறை. ஆண், பெண்ணைப் பார்த்து விரும்பிக் கல்யாணம் செய்து கொள்வதும் உண்டு. பெண், ஆணைப் பார்த்துத் திருமணம் செய்து கொள்ளும் வழக்க மும் இருக்கிறது. இங்கே முருகப்பெருமான் வள்ளியைத் தானே வேட்டு அடைந்தான்.

தேவசேனையின் கல்யாணத்துக்கும் வள்ளி கல்யாணத் துக்கும் வேறுபாடு உண்டு. முருகப்பெருமான் சூரனைச் சங்காரம் செய்து தம் வாழ்வை மீட்டும் பெறச் செய்த தற்கு

நன்றி அறிதலாக ஏதாவது செய்ய வேண்டுமென்று இந்திராதி தேவர்கள் நினைத்தார்கள். எம்பெருமானுடைய திருமணக் கோலத்தைக் கண்டு களிக்க வேண்டுமென்ற ஆசை உண்டாயிற்று. தன் பெண்ணாகிய தேவசேனையைத் திருமணம் செய்து வைக்க விரும்பினான் இந்திரன். தேவர்களுடைய மகிழ்வுக்காகத் தேவசேனையை மணம் செய்து கொண்டான் முருகன். ஆனால் வள்ளிநாயகியிடத்தில் தானே காதல் செய்து, அவள் விரட்டி ஓட்டினாலும் போக மாட்டேன் என்று காத்திருந்து, அவள் அன்பை இரந்து நின்றான்.

கூந்தற்பூ

வள்ளியை, "மொய்தார் அணி குழல் வள்ளி" என்று அருணகிரியார் வருணிக்கிறார். மலரால் ஆகிய மாலையை அப்பிராட்டி தலையில் அணிந்திருக்கிறாள். அந்த மாலையில் மணம் இருப்பதனால் வண்டு மொய்க்கிறது. நல்ல மணம் பொருந்திய மலரை அணிவது தமிழ் நாட்டுப் பெண்களின் வழக்கம். கூந்தலுக்கு இயற்கை வாசனை இருந்தாலும் மலர் தன் மணத்தையும் அதற்கு ஊட்டுகிறது. அது மாத்திரம் அல்ல. மலருக்குத் தண்மை உண்டு. ஆதலால் பூ வைத்துக் கொண்டால் தலை குளிர்ச்சியாக இருக்கும். நம் நாட்டில் சுமங்கலிகள் அடிக்கடி தலை முழுகுவது இல்லை. ஆகையால் தலை குளிர்ச்சியாக இருப்பதற்கு மலரைச் சூடுவது வழக்கம். பெரும்பாலும் மலரைக் கூந்தலுக்குள்ளே, கொண்டைக்குள்ளே செருகிக் கொள்வார்கள் : பிறர் காணும் படியாகச் சூட்டிக்கொள்ள மாட்டார்கள். பிறர் கண்ணில் படும்படியாகப் பூ வைப்பது தவறென்று நாடோடியாக வழங்கும் முத்து வீராயி பாட்டுச் சொல்கிறது.

***"பெண்கள் பூத்தேடி வைக்க வேணும்; வைத்தால்
பிறர் அறியாமல் இருக்க வேணும்;
கொண்டைமேல் பூத்தோண வைத்தால் வேசிஎன்று
கூறுவாரே முத்து வீராயி."***

மலரைச் சூட்டிக் கொள்வதால் கூந்தல் நறுமணம் பெறுவது மாத்திரம் அல்ல; மூளைக்குக் குளிர்ச்சி உண்டாகிறது.

வள்ளி நாயகி காட்டில் வாழ்ந்தாள். காட்டில் மலருக்குப் பஞ்சமா? காசு கொடுத்து வாங்க வேண்டுமா? எங்கே பார்த்தாலும் மலர் பூத்துக் குலுங்கும். பறித்து அணிந்து கொள்ளலாம். வள்ளியம்மை நடந்து சென்றால், அவள் கூந்தலில் உள்ள மலரின் நுட்பமான மணம் வள்ளி போகிறாள் என்பதைக் காட்டும். அவளை முருகள் வேட்டாள்.

முத்தமிழ்

அவன் தமிழில் அளவிறந்த காதல் உடையவன்.

முத்தமிழால்
வைதாரையும் அங்கு வாழவைப்போன்.

தமிழ் மூன்று; இயல், இசை, நாடகம் என்று சொல்வார்கள். இலக்கியம் இலக்கணம் எல்லாம் இயல் தமிழைச் சார்ந்தவை. சங்கீத சம்பந்தமானது இசைத் தமிழ் நாடகத்திற்கு உரியது நாடகத் தமிழ். இந்த மூன்று தமிழிலும் அடிப்படையானது இயல் தமிழ். அதன் பின் வளர்ந்தது இசைத் தமிழ். அது விரிந்து அமைந்த பின் படர்ந்தது நாடகத் தமிழ். இசைத் தமிழில் இயல் தமிழும் கலந்திருக்கும். சாகித்தியம் இல்லாமல் பாட்டு இல்லை. வெறும் ராகம் பாடினால் அது மட்டும் சங்கீதம் ஆகாது.

"பண்என்னாம் பாடற் கியைபின்றேல்." (குறள்)

சாகித்தியத்தோடு பண் சேரும்போதுதான் சுவை உண்டா கிறது. இறைவன் புகழை மனம் கொள்ளுமாறு, எல்லோ ருடைய உள்ளமும் உருகிக் கரையுமாறு ஒரு பாட்டு இருக் கிறது என்றால், அதில் அந்த உருக்கத்தை உண்டாக்கும் பொருளை உடைய சாகித்தியம் அல்லது இயல் சிறப்பாக இருக்கிறது என்றுதான் கொள்ளவேண்டும். இயல் தமிழைக் காட்டிலும், இயலும் இசையும் சேர்ந்த இசைத் தமிழ் மிக்க

பயனைத் தருகிறது. நாடகத் தமிழில் இயல் தமிழும், இசைத் தமிழும் கலந்திருக்கும். நாடகத்தமிழ் பரமசிவனைப்போல் உள்ளது. பிரம்மா படைக்கும் காரியம் மாத்திரம் செய்வார். திருமால் படைத்தல், காத்தல் இரண்டையும் செய்கிறார். சிவபிரானோ படைப்பார், காப்பார், துடைப்பார். பிரம்மாவுக்கு ஒரு தொழில். திருமாலுக்கு இரண்டு தொழில். பரமேசுவரனுக்கு மூன்று தொழில். இயல் தமிழ் தனித்திருப்பது. இசைத்தமிழ் இயல் இசை இரண்டும் கலந்தது. நாடகத் தமிழில் இயல், இசை, நாடகம் மூன்றும் உள்ளன. இவை மூன்றும் பழங் காலத்தில் சிறப்பாக இருந்தமையினால் முத்தமிழ் என்று தமிழைப் பாராட்டிச் சொல்வது வழக்கம்.

முருகனது தமிழ்க் காதல்

அந்த முத்தமிழின்பால் முருகப் பெருமானுக்குக் கரையில்லாக் காதல் உண்டு. தமிழால் புகழ்கிறார்கள் என்பதால் அல்ல. முத்தமிழால் வைதாலும் வசவு என்று பார்க்கமாட்டான்; அது தமிழ் அல்லவா என்று நினைத்து இன்புறுவான்.

பல காலத்திற்கு முன் சென்னை அரசாங்க நிர்வாக சபையில் ஒரு பெரியார் அங்கத்தினராக இருந்தார். ஏழாம் எட்வர்டு இந்தியாவை ஆண்டு கொண்டிருந்த காலம். அப்போது வேல்ஸ் இளவரசர் கல்கத்தாவுக்கு வந்தார். அப்போது இந்தியாவின் தலைநகரம் கல்கத்தா. இந்தியா பிரிட்டிஷ் சாம்ராஜ்யத்திற்குள் அடங்கியிருந்ததால், கல்கத்தாவுக்கு வந்து இறங்கிய இளவரசருக்குப் பெரிய வரவேற்பு நிகழ்ந்தது. கன்னியா குமரியிலிருந்து இமயமலை வரையில் உள்ள பாரத நாட்டின் எல்லாப் பாகங்களிலிருந்தும் போலீஸ்காரர்கள் கல்கத்தா வந்து குவிந்தார்கள். தமிழ் நாட்டிலிருந்தும் பலர் போயிருந்தார்கள். இவர்களுக்கு, அங்கே எல்லோரும் இந்தி, ஆங்கிலம் பேசுவதைக் கேட்டுக் கேட்டு அலுத்துவிட்டது. "தமிழில் யாராவது பேச மாட்டார்களா? தமிழ் பேசுகிற முகம் கண்ணில் படாதா?" என்ற ஏக்கம் உண்டாகிவிட்டது.

முன்னே சொன்ன அறிஞர், மகனை அழைத்துக் கொண்டு கல்கத்தாவுக்குப் போனார். பெருங் கூட்டத்தில் அவர்கள் போகும்போது இரு பக்கமும் அணி வகுத்து நின்ற போலீஸ்காரர்களுள் ஒருவன் தன் கால் பூட்ஸினால் பையனின் காலை மிதித்து விட்டான். "அட முட்டாள்!'. என்று அந்தப் பையன் திட்டினான். அதைக் கேட்டவுடனே போலீஸ்காரன், "தம்பி, நீ எந்த ஊர்?" என்று அன்போ டருகில் வந்து கட்டிக் கொண்டான். அவன் தன் செவியில் தமிழ் விழாதா என்று ஏங்கிக்கிடந்தவன். பையன் தமிழில் அவனை வைதபோதிலும், அவன் அதை வசவு என்று பார்க்கவில்லை. அது தமிழ் என்று உணர்ந்தான். ஆதலால் அவனை அன்போடு தட்டிக் கொடுத்து அணைத்தான். வைதாரையும் வாழ வைக்கிற அன்பு அவனிடம் இருந்தது. 'தமிழ் முகத்தைப் பார்க்கமாட்டோமா, தமிழ்ச் சொல்லைக் கேட்கமாட்டோமா!' என ஏங்கியிருந்த போலீஸ்காரனுக்கு, "அட முட்டாள்" என்ற வசவுச் சொல்லும் இனிமையாகத் தோன்றி, உள்ளத்தில் அன்பு கொப்புளிக் கச் செய்தது. அதைப் போலவேதான் முருகனும் முத் தமிழால் வைதாரையும் வாழ வைக்கிறான்.

பழைய நினைவு

தமிழில் வைத வசவு முருகனுக்கு இனிமையாக இருக்க மற்றொரு காரணமும் உண்டு. பொதுவாக ஒருவரோடு ஒருவர் பழகும்போது முதல் முதலாக நம் மனத்தில் பதிகின்ற எண்ணம் எதுவோ அது, எப் பொழுதும் உள்ளத்தே நின்று கொண்டிருக்கும். இதைத் தான் "First impression is the best impression" என்று ஆங்கிலத்தில் கூறுவர். முதன் முதலில் ஒரு நண்பனைச் சந்தித்துப் பழகுகிறோம். அப்போது அவன் சிறிய புத்தகம் ஒன்றைக் கொடுக்கிறான். அந்தப் புத்தகம் நமக்கு முதலில் வந்ததாதலின் அதனிடம் அபிமானம் அதிகம் இருக்கும்.

நல்ல மணமுள்ள மலர்களை அணிகின்ற குழலையுடைய வள்ளியை வேட்டு முருகன் தினைப்புனத்துக்கு ஓடினான். அப்போது அவனிடம் வள்ளி பேசினாளா? இல்லை. அவள்

வாயிலிருந்து ஒரு சொல் வராதா என அவன் ஏங்கி எத்தனையோ காரியங்கள் செய்தான். அவளுக்குக் கோபத்தை மூட்டினான். வள்ளி மலையிலே ஆலோலம் பாடிக் கிளியை ஓட்டிக் கொண்டிருந்த அவளிடம் அவன் மூட்டிய கோபம், "ஏடா, வேடா, மூடா, போடா'' என்ற வார்த்தைகளை அவள் வாயிலிருந்து உதிரச் செய்தது. அவள் பேசமாட்டாளா என ஏங்கிக் கிடந்த முருகனுக்கு அந்தச் சொற்கள் வசவாகவா தோன்றின? பேசாமல் இருந்த வள்ளி பேசிவிட்டாளே என்ற மகிழ்ச்சியினால் துள்ளிக் குதித்தான். அந்த வசவை வாங்கிக் கொண்டு, "நம்மையும் பார்த்து இவள் பேசினாளே!" என்ற நினைவில் மெய்ம்மறந்து நின்றான். யாராவது முருகனை வைதால், 'இந்த மாதிரிதானே வள்ளி நம்மை வைதாள்?' என்ற கிளு கிளுப்பு அவனுக்கு உண்டாகிறது. வள்ளியின் வாயிலிருந்து அவன் கேட்ட முதல்பேச்சு, தண்டமிழ் வசவு. அது அவனுக்கு இன்பத்தை அளித்தது. முத்தமிழால் வைதாலும், அது வசவு அல்லவா என்று நினைக்காமல், வள்ளி முதல் முதலாகப் பேசிய பேச்சுப் போன்றதல்லவா என்ற உணர்ச்சியில் கிளர்ச்சி உண்டாகி அருள் புரிகிறான். இதை நினைந்தே,

மொய்தார் அணிகுழல் வள்ளியை வேட்டவன்
முத்தமிழால்
வைதாரையும் அங்கு வாழவைப்போன்

என்று இரண்டையும் இணைத்துச் சொன்னார். பின்னாலே உள்ளதற்கு முதலில் சொன்னது காரணம்.

குற்றம் காணா அன்பு

மற்றொன்று : இணக்கமான அன்பு உடையவர்கள் எந்தப் பொருளிடத்தில் அன்பு வைக்கிறார்களோ, அப் பொருளிடத்தில் உள்ள குறைகளை மறந்து விடுவார்கள். இது தூய அன்புக்கு அறிகுறி. நம் வீட்டுக் குழந்தை மூக்கை ஒழுக விட்டுக் கொண்டிருந்தால் அது நமக்கு அருவருப்பை உண்டாக்குவது இல்லை. பக்கத்து வீட்டுக் குழந்தையானால்

வெறுக்கிறோம். இரண்டின் மூக்கும் ஒழுகுகின்றன. ஆனால் ஒன்று நம் அன்புக்கு உரியது. ஆகவே, அதனிடத்தில் உள்ள குற்றத்தை நாம் பாராட்டு வதில்லை. "குற்றம் பார்க்கில் சுற்றம் இல்லை" என்பது பழமொழி. நாம் எத்தனைக் கெத்தனை அன்பு பண்ணு கிறோமோ, அத்தனைக்கத்தனை குற்றத்தை மறக்கிறோம். நம்மிடத்தில் நமக்கு அளவற்ற அபிமானமும் அன்பும் இருக்கின்றன. அதனால் நம்முடைய குற்றம் நமக்குத் தெரிகிறது இல்லை. பிறருடைய குற்றம் எப்பொழுது மறைய ஆரம்பிக்கிறதோ, அப்போது அவர்களிடத்தில் அன்பு உண்டாகிறதென்று தெரிந்து கொள்ளலாம்.

தமிழால் தன்னை அணுகுகிறவர்களின் குற்றம் கூடத் தெரியாத அளவுக்கு முருகனுக்கு என்ன அவ்வளவு விருப்பம்? முருகன் எல்லா உலகத்திற்கும் தலைவன் ; அப்படியிருக்கத் தமிழ் நாட்டு மக்களின் மொழியாகிய தமிழிடத்தில் மட்டும் அத்தனை விருப்பம் உண்டாகக் காரணம் என்ன?

தமிழ் நாடும் முருகனும்

பல மூர்த்திகளாகப் பக்தர்கள் வழிபடும் தெய்வம் ஒன்றுதான். அந்தத் தெய்வமே முருகன் என்ற கோலத் தோடு வருகிறது. அந்தக் கோலத்தை நன்றாக உணர்ந்து பாராட்டுகிறார்கள் தமிழர்கள். முருகனுக்கு வேறு எங்கும் கிடைக்காத மதிப்புத் தமிழ் நாட்டில் கிடைக்கிறது. அதனை விரும்பும் இடத்தில்தானே அந்தக் கோலத்தில் இருப்பவன் அதிக விருப்பம் பூண்டு இருப்பான்?

''டை" கட்டிக் கொண்டு, நான்கு கை உடைய கறுப்புச் சட்டை அணிந்து தலையில் பெரிய தலைப்பாகையுடன் ஒருவர் போகிறார். அந்தக் கோலத்தை யார் மதிக்கிறார்கள்? அக்கோலத்திற்கு வீட்டிலே மதிப்பில்லை ; வீதியிலும் இல்லை. ஆனால் நீதிமன்றத்தில் மதிப்புக் கிடைக்கிறது. அதே போல் எல்லா நாட்டுக்கும் பொதுவானவன் முருகனாகிய

கடவுள் என்றாலும், அவனுடைய முருகக் கோலத்திற்குத் தமிழ் நாட்டில்தான் பெருமதிப்பு இருக்கிறது. ஆறுமுகமும் பன்னிரு திருக் கரங்களும் உடையவனாகி, வேலும் வில்லும் தாங்கி, மயில் மேல் வருகின்ற பெருமானை வாழ்த்தி, வணங்கி அன்பு செய்கிறவர்கள் தமிழர்களே. ஆதலால் அவன் அவர்களிடம் கருணை கொண்டு தன் அருள் விளையாடல்களைப் புரிகிறான். "குழந்தையும் தெய்வமும் கொண்டாடும் இடத்தில் என்பது ஒரு பழமொழி, முருகனோ குழந்தைக் கோலங் கொண்ட தெய்வம். அவனைத் தமிழ்நாட்டில் கொண்டாடுகிறார்கள். அதனால் அந்நாட்டு மக்களிடத்தில் அன்பு கொண்டவனாக இருக்கிறான்.

கார்த்திகேயன்

வடக்கே உள்ளவர்களுக்கு முருகன் என்ற பெயர் தெரியாது.சுப்பிரமணியன் என்ற பெயர் ஓரளவு தெரியும்.

பெரும்பாலும், " கார்த்திக்" என்று சொல்வார்கள். கார்த்திகேயன் என நாம் சொல்லும் அந்தச் சொல்லே அப்படி வழங்குகிறது. அந்த நாட்டில் முருகனைப் பிரம்ம சாரி என்று நினைக்கிறார்கள். அது மாத்திரம் அல்ல ; பெண்கள் முருகனைத் தரிசிப்பது இல்லை.

நான் பூனாவுக்குப் போயிருந்தேன். அந்நகரை அடுத்து ஒரு மலை இருக்கிறது. அதற்குப் பார்வதி மலை என்று பெயர். அங்கு முருகப் பெருமான் ஆறுமுகங்களோடு மயிலின்மீது தனியே எழுந்தருளியிருக்கிறான். கார்த்திகேயனுடைய திருவுருவம் பளிங்கினால் அமைந்தது. என்னுடன் வந்த நண்பர், "கார்த்திகேயருக்கு இன்னும் கல்யாணமே ஆகவில்லை. அவர் பிரம்மசாரி. யாராவது பெண் வந்தால் அவளை அவர் பற்றிக் கொள்வாராம். ஆகையினால் அவரைப் பெண்கள் வந்து தரிசிப்பதில்லை" என்றார்.

எனக்கு உடனே ஓர் எண்ணம் உண்டாயிற்று. "தமிழ் நாட்டு வள்ளியம் பெருமாட்டியைக் கண்டுகளித்த கண்ணால் வடநாட்டுப் பெண் யாரையும் பார்ப்பது இல்லை என்று

இருக்கின்றாயா, முருகா?" என்ற கருத்தை வைத்து ஒரு கவி பாடினேன்.

வங்காளத்திலும் கார்த்திகேயன் பிரம்மசாரி என்ற கருத்தே நிலவுகிறது. உலகம் யாவும் சக்தி மயம் என்ற கருத்தை விளக்க ஸ்ரீ ராமகிருஷ்ண பரமஹம்சர் ஒரு கதை சொல்கிறார். ஒரு நாள் முருகக் குழந்தை ஒரு பெண் பூனையோடு விளையாடிக் கொண்டிருந்தானாம். விளையாட்டில் அவன் கை நகம் பூனையின் மேல் கீறிவிட்டது. விளையாட்டு முடிந்து, "அம்மா" என்று தன் தாயினிடம் ஓடிப் போன போது, "வாடா, குழந்தை" என அவனை இரு கைகளையும் நீட்டி வரவேற்றாள், பரமேசுவரி. அப்பொழுது பார்த்தால், பிராட்டியின் மேலும் நகத்தின் கீறல் இருந்ததாம்."இது என்ன அம்மா?" என்று கேட்டதற்கு, "நீ பூனையோடு விளையாடினாய் அல்லவா? உன் நகம் பூனையின் மேல் பட்டது ;என் மேலும் பட்டது" என்று சொன்னாளாம். முருகனுக்கு அப்போது உலகத்தில் உள்ள பெண் இனம் எல்லாம் அம்மாவே என்ற உண்மை தெரிந்ததாம். “உலகில் உள்ள எல்லாப் பெண்களும் அம்மாவாக இருப்பதால் நான் யாரையும் கல்யாணம் பண்ணிக்கொள்ள மாட்டேன்" என்று பிரம்மசாரியாகவே இருக்கிறானாம். இந்தக் கதையைப் பரமஹம்சர் சொல்லி, "சாவம சக்தி மயம் ஜகத்' என்ற தத்துவத்தை நிலை நாட்டுகிறார்.

ஆகவே, முருகன் வள்ளிமணாளனாக இருக்கும் கோலம் வடநாட்டவர்களுக்குத் தெரியவில்லை. வள்ளி மணாளனாக வரும் முருகப் பெருமானின் திருக்கோலத்தை வழிபடும் வழக்கம் இத் தமிழ் நாட்டில்தான் இருக்கிறது. மிகப் பழங்காலம் முதற்கொண்டே முருகனை இந்நாட்டுத்தெய்வ மாகத் தமிழாகள் வழிபடுகிறார்கள்.

பரிபாடலில் கண்ட செய்தி

பரிபாடல் என்ற நூலில் ஒரு புலவர் தமிழ் மரபில் முருகனுக்குள்ள அபிமானத்தைச் சொல்கிறார்.

திருப்பரங்குன்றத்தில் ஒரு சண்டை நடக்கிறது. கொலைச் சண்டை நடக்கவில்லை ; இரத்தம் ஆறாக ஓடவில்லை. வாக்குச் சண்டை நடக்கிறது; கவி இன்ப ரசம் ஓடுகிறது.

தேவசேனையின் கல்யாணம் திருப்பரங்குன்றத்தில் நடந்ததென்பது ஐதிஹ்யம். அங்கே தேவலோக வாசிகளும், பூலோக வாசிகளும் கூடி இருக்கிறார்க்ள். தேவசேனையின் கூட்டத்தார் ஒரு கட்சியாகவும் தமிழ் நாட்டுப் பெண் வள்ளிநாயகியைச் சார்ந்தவர்கள் ஒரு கட்சியாகவும் இருக்கிறார்கள். இரண்டு சாராரும் வாக்கு வாதம் செய்கிறார்கள். கல்யாணம் நடக்கும்போது பழைய காலத்தில் இப்படிச் சம்பந்திகள் வாக்குவாதம் செய்வதுண்டு. ஒருவரை ஒருவர் ஏசிக்கொள்வார்கள். பாட்டிலே சிவபிரானுக்கும் திருமாலுக்கும் வாக்குவாதம், லட்சுமிக்கும் பார்வதிக்கும் வாக்குவாதம் என்று சில உண்டு. அது போலத் திருப்பரங்குன்றத்தில் தேவசேனையின் கட்சிக்கும், வள்ளி நாயகியின் கட்சிக்கும் வாக்குவாதம். இந்தப் போர் இன்பப் போராக நடக்கிறது. தேவசேனையைச் சேர்ந்தவர்கள் நான்மறை முனிவர்; "முருகன் தேவர்களுக்கு உரியவனாக இருக்கிறான்" என்று பேசுகிறார்கள்.

வள்ளியைச் சார்ந்தவர்கள், "அதெல்லாம் உங்கள் கட்சி; முருகன் எங்கள் தமிழ் நாட்டுப் பெண் வள்ளியை, தமிழ் இலக்கியத்தில் சொல்லப்பட்டுள்ளபடி முதலில் களவுக்காதல் செய்து பின்னர் கல்யாணம் செய்துகொண்டான். தமிழ் நாட்டு இலக்கணத்திலே இதற்குத் தனி வரையறை உண்டு. வேதம் படித்த உங்களுக்கு. அது தெரியாது" என்கிறார்கள்.

"நான்மறை விரித்து நல்லிசை விளக்கும்
வாய்மொழிப் புலவீர் ! கேண்மின், சிறந்தது
'காதற்காமம்-
தள்ளாப் பொருளியல்பில் தண்டமிழ்ஆய் வந்திலார்
கொள்ளார்இக் குன்று பயன்,"

'தமிழை ஆராய்ச்சி பண்ணாதவர்களுக்கு இந்த அருமை தெரியாது. என்ன பைத்தியக்காரத்தனம் என்று நினைப் பார்கள்' என்கிறார்கள். வாழ்க்கையில் இன்பம் தரக் கூடிய தூய காதலின் தன்மையைத் தமிழ் நூல் வரையறை செய்ததுபோல வேறு எதுவும் செய்யவில்லை. முருகப் பெருமான் வள்ளிநாயகியின் காதலைவேண்டித் தினைப்புனத் தில் வந்து காத்திருந்து மணந்தது, தமிழர் கூறும் களவுக் காதலை மேற்கொண்ட விளையாடல். கற்பு மணம் என்பது முன்னாலே கல்யாணம் செய்துகொண்டு பின்னாலே காதல் மீதூர்ந்து அன்பு வாழ்க்கை வாழ்வது.களவு மணம் என்பது முன்னாலே பழகிக் காதல் செய்து அன்பு மீதூர்ந்து இருவரும் மணந்து கொள்வது. களவு மணம் செய்து கொள்வது தமிழர் மரபு. தமிழினிடம் பெருங் காதல் கொண்ட முருகன் தமிழ்நாட்டு வள்ளிபால் காதல் கொண்டான். தமிழின்பால் உள்ள காதல் அத னாலும் தெரிகிறது. அதனாலே அந்தத் தமிழால் வைதா லும் அவன் அருள் செய்வான்.

மொய்தார் அணிகுழல் வள்ளியை
வேட்டவன், முத்தமிழால்
வைதாரையும் அங்கு வாழவைப்போன்.

நிந்தாஸ்துதி

வைவதே வாழ்த்தாகிற சந்தர்ப்பம் வேறு ஒன்று உண்டு. வடமொழியில் "நிந்தா ஸ்துதி" என்று சொல்லுகிற மாதிரியே தமிழிலும் உண்டு. இறைவனைப் பார்த்து, கூத்தன், பித்தன், குறைமதியன் என்றெல்லாம் சொல்லும் போது குறைவு படுத்துவது போல இருந்தாலும், பொருளைப் பார்ப்பின் புகழாக இருக்கும். குறைமதியன் என்றால் குறைவான அறிவுடையவன் என்று தோன்றும். ஆனால் பூரண சந்திரனல்லாமல் கலையில் குறைந்த பிறையை அணிந்தவன் என்பதே அதன் பொருள். இது நிந்தாஸ்துதி. பழிப்பது போலப் புகழ்தல் என்று தமிழில் சொல்வார்கள். இது ஓர் அலங்காரம்.

காளமேகத்தின் பாடல்

காளமேகப் புலவர் நிந்தாஸ்துதியில் வல்லவர். அவர் ஓர் ஊருக்குப் போய்க்கொண்டிருந்தார். போகும் வழியில் இருட்டிவிட்டது. அங்கே ஒரு பிள்ளையார் கோயில். அக்கோயிலின் திண்ணைமீது தம் கையில் இருந்த முடிச்சை வைத்துக்கொண்டு படுத்து உறங்கிவிட்டார். காலையில் எழுந்து பார்த்தால் அவர் வைத்திருந்த முடிச்சைக் காணவில்லை. அவருக்குக் கோபம் வந்தது. "பிள்ளையாரே, உம்மை நம்பித்தானே நான் இங்கே படுத்தேன்? என் முடிச்சை நீர் திருடிக்கொண்டு விட்டீரே!" எனக் கேட்கிறார். நமக்குக் கோபம் வந்தால் நாம் வைவது கேட்கச் சகிக்காமல் இருக்கும். அவர் புலவராதலாலே அவர் கோபம் பாட்டாக வந்தது; "என்னையா பிள்ளையாரே, பேசாமல் இருக்கிறீர்? உம்மைத் தவிர வேறு யார் இங்கே வந்தார்கள்? நீர்தாம் என் முடிச்சை அவிழ்த்துக்கொண்டு விட்டீர். உம்முடைய தம்பி யார் என்று எனக்குத் தெரியும். தமிழ்நாட்டுப் பெண் வள்ளியைத் திருடிக்கொண்டு போனவன் அவன். உம் தாயாருடன் பிறந்த மாமன் ஒரு வம்பன் ; மாமாயன்; அவன் நெய் திருடி. நீரோ இப்போது என் முடிச்சைத் திருடிவிட்டீர். எப்படி ஐயா கோத்திரத்திற்கு உள்ள குணம் உம்மை விட்டுப் போகும்?" என்று கேட்கிறார்.

"தம்பியோ பெண்திருடி தாயா ருடன்பிறந்த
வம்பனோ நெய்திருடி மாமாயன்–அம்புவியில்
மூத்தபிள்ளை யாரே, முடிச்சவிழ்த்தீர் ; போமோ
கோத்திரத்திற் குள்ள குணம் ?"

ஏசுவதைப் போலப் பாட்டு இருந்தாலும் இது வசவு அன்று; நிந்தாஸ்துதி, வசவு போன்று தோன்றும்படி இறைவன் புகழை முத்தமிழால் சொல்கிறார்கள் புலவர்கள். அந்தத் தமிழைக் கேட்பதில் இறைவனுக்கு விருப்பம் உண்டு. முருகனும் அத்தகைய வசவைக் கேட்பான். அதைச் சொன்னவர்களை வாழ வைப்பான்.

முத்தமிழால்
வைதாரையும் அங்கு வாழவைப்போன்.

மாமன் புகழ்

அத்தகைய முருகனுடைய உறவினர்கள் யார்? அதைப் பின் வருகின்ற அடிகளில் சொல்கிறார் அருணை முனிவர்.

அருணகிரி நாதருக்கு விநயம் தெரியும். ஒருவரை எப்படி எப்படிப் புகழ்ந்தால் மகிழ்விக்க முடியும் என்கிற சாதுரியம் தெரியும். மாப்பிள்ளையிடம் போய் மாமனாரை இழிவுபடுத்திப் பேசினால் அது எப்படி விளையும் என்று அவருக்குத் தெரியாதா? மாமனாரைக் குறைவு படுத்திப் பேசினால், நம் தந்தையைக் குறைவு படுத்திப் பேசுகிறார் என்று பெண்ணுக்குக் கோபம் உண்டாகும். அவளுக்குக் கோபம் வந்தால் ஊடல் விளையும்; அதனால் மாமனாரைக் குறை சொன்னவர் மேல் மாப்பிள்ளைக்குக் கோபம் வருவது இயல்புதானே? மாமனாரைப் புகழ்ந்தால் மாப்பிள்ளைக்கு மகிழ்ச்சி உண்டாகும்.

முருகப் பெருமானுடைய அன்பைப் பெற வேண்டும் என்று அருணகிரிநாதர் விரும்புகிறார். அது மிக எளிதில் கிடைக்க வேண்டுமானால் வள்ளியைப் பிடித்தால்தான் நடக்கும். அவளுக்கு மகிழ்ச்சி உண்டானால், முருகனுக்கும் அவர்பால் அன்பு உண்டாகும். பொதுவாகப் பெண்களுக்கு அவர்களுடைய தகப்பனாரைப் புகழ்ந்து சொன்னால் மகிழ்ச்சி உண்டாகிவிடும். இதை உணர்ந்து கொண்டவர் அருணகிரிநாதர். ஆகவே தம்முடைய பாட்டிலே நேரே முருகனைப் பாடினாலும் கூட, அவன் திருமாலுக்கு மாப்பிள்ளையாக இருப்பதனால் பின் இரண்டடியில் ராமச் சந்திர மூர்த்தியைப் புகழ்ந்து சொல்கிறார்.

வெய்ய வாரணம்போல்
கைதான் இருபது உடையான் தலைபத்தும் கத்தரிக்க
எய்தான் மருகன்.

ராவண சங்காரம்

ராமச்சந்திர மூர்த்தி ராவண சங்காரம் பண்ணினார். ராவணன் பத்துத் தலையும் இருபது கைகளும் உடைய அரக்கன். பலத்துக்கு யானையை உவமானம் சொல்வது வழக்கம். இங்கே வெய்ய வாரணத்தை ராவணனுக்கு உவமை கூறுகிறார். வெய்ய வாரணம் - மதம் பிடித்த யானை. மதம் பிடித்த யானை எவ்வளவு நாசத்தை விளைவிக்கும் என்று சொல்லவும் வேண்டுமா? மதம் யானைக்குக் காமம் மிகும்போது வரும். ராவணன் காம மிகுதியினாலே அழிந்து போனான். யானை பலமுடையதாக இருப்பினும் காமம் மிகுந்தால் அழிவு வேலையைச் செய்கிறது; அதனால் அடிபடுகிறது. ராவணன் அளவில்லாத தவ வலிமை உடையவன். மிகமிகச் சிறந்த தவம் உடையவர்களாக இருப்பினும் காமம் மிகுந்துவிட்டால், அதனாலேயே அவர்கள் அழிந்து போவார்கள் என்பதற்கு எடுத்துக் காட்டு ராவணன். மதம் கொண்ட யானையைப் போலக் காம மிகுதியினாலே கண் தெரியாமல் இருந்தான் ராவணன். இருபது கைகளும் பத்துத் தலைகளும் இருந்த போதிலும் அவனுக்குக் காமம் மிகுந்தபோது, அவை பயன்படாமல் போய்விட்டன.

தசமுகம் கொண்ட ராவணன் உலகத்தை எல்லாம் அடக்கி ஆண்டான். பத்துத் திசைகளிலும் அவன் செல்வாக்கைச் செலுத்தினான். பத்துத் தலை உடையவன் என்பது இந்த உண்மையைக் காட்டும் சின்னம்.

அது மட்டும் அல்ல. மனந்தான் ராவணன், கன்மேந் திரியங்கள் ஐந்து. ஞானேந்திரியங்கள் ஐந்து. இந்தப் பத்து இந்திரியங்களின் உதவியைக் கொண்டு மனம் ஆட்சி புரிகிறது; நம்மை ஆட்டிவைக்கிறது; பல செயல்களைப் புரிகின்றது. மனம் ஆகிய ராவணன் பத்து இந்திரியங்கள் ஆகிய பத்துத் தலைகளை உடையவனாக இருக்கிறான். எல்லோருடைய மனங்களும் பத்துத் தலை ராவணர்களே. பத்துத் தலை ராவணனின் ஆட்டம் குலைய வேண்டுமானால்

ராமச்சந்திர மூர்த்தியைத் தியானம் பண்ண வேண்டும். ராமன் ராவணனுடைய பத்துத் தலையையும் கத்தரித்துத் துண்டாகி விழும்படி அம்பை எய்தான். அவனுடைய மருமகன் முருகன்' என்று அருணகிரிநாத சுவாமி ராமச்சந் திர மூர்த்தியின் பிரதாபத்தைச் சொல்லி, முருகனை நமக்கு அறிமுகம் பண்ணி வைக்கிறார்.

வெய்ய வாரணம்போல் இருபது
கைதான் எய்தான் மருகன்.
உடையான் தலைபத்தும்கத்தரிக்க

ராவணனை எடுத்த எடுப்பில், "வெய்ய வாரணம் போல்" என்றார். யானைக்குப் பிரதானமானது எது? கை; துதிக்கை. ஆகவே யானை என்றவுடன் கை நினைவுக்கு வருகிறது. "வெய்ய வாரணம் போல் கைதான் இருபது உடையான்" என்றார். மதம் பிடித்த யானை தன் துதிக்கை யினால் எல்லாவற்றையும் பற்றி இழுத்து நாசம் செய்யும். மற்றவர்கள் சுகத்திற்கு எவை பொருளாக இருக்கின்ற னவோ, அவற்றை வாரி எடுக்கிற கைகள் ராவணனுடைய இருபது கைகள். சீதையை அந்தக் கைகள் தாமே எடுத்துச் சென்றன? மதங்கொண்ட யானையை உவமை கூறுவது எவ்வளவு பொருத்தம்!

உமை குமரன்

மாமாவைச் சொன்னவர் அந்த உறவுக்குக் காரணமான அம்மாவையும் சொல்கிறார். மாமன் உறவு அம்மாவின் மூலமாகத்தானே வருகிறது?

உமையாள் பயந்த இலஞ்சியமே.

உமையாள் பெற்ற குழந்தை முருகன். இலஞ்சியம் என்ற சொல் மிகவும் அருமையானது. இப்பொழுது கடலூர்ப் பக்கத்தில் குழந்தையை இலஞ்சியம் என்று அருமை பாராட்டிச் சொல்கிறார்கள்.

"வள்ளியை மணந்து கொண்டவன் முருகன்; அதனால் தமிழில் ஆர்வம் உடையவன்; முத்தமிழால் வைதாரையும் வாழவைக்கிறவன். ராவணசங்காரம் செய்த ராமச்சந்திர மூர்த்தியின் மருமகன். உமையவளின் அருமைக் குழந்தை" என்று முருகனுடைய புகழை அலங்காரமாகச் சொல்கிறார் அருணை முனிவர்.

மொய்தார் அணிகுழல் வள்ளியை
வேட்டவன், முத்தமிழால்
வைதாரையும் அங்கு வாழவைப்
போன், வெய்ய வாரணம்போல்
கைதான் இருபது உடையான்
தலைபத்தும் கத்தரிக்க எய்தான் மருகன்,
உமையாள் பயந்த இலஞ்சியமே.

(வண்டுகள் மொய்க்கின்ற மலர் மாலையை அணிந்த கூந்தலையுடைய வள்ளி நாயகியை விரும்பி மணந்து கொண்ட முருகன் மூன்று தமிழினால் வைதவர்களையும் வாழ வைப் பவன்; மதங்கொண்ட யானையைப் போலக் கைகள் இருபது உடைய ராவணனுடைய தலைகள் பத்தும் அற்று விழச் செய்யும்படி அம்பை எய்த இராமபிரானுடைய மருமகன்; உமாதேவி பெற்ற அருமைக் குழந்தை.

வள்ளியை வேட்டவன்: எழுவாய் வாழவைப்போன், மருமகன், இலஞ்சியம் என்ற மூன்றும் பெயர்ப் பயனிலைகள்.

மொய்-வண்டு மொய்க்கும். தார் என்பது பெரும்பாலும் ஆடவர் மார்பில் அணியும் மாலையைக் குறிப்பது ; ஆயினும் இங்கே கூந்தலில் சூடும் மாலைக்கு வந்தது. வேட்டல்- விரும்புதல், மணம் செய்து கொள்ளுதல்; இங்கே விரும்பி மணம் செய்து கொள்ளுதல் என்று பொருள் கொள்வது சிறப்பு. முத்தமிழ் இயல், இசை, நாடகம் என்ற மூன்று பிரிவாக உள்ள தமிழ் வைதாரையும் : உம்மை- உயர்வு சிறப்பு. வாழ்த்தினாரை வாழவைப்பதைச் சொல்ல வேண்டிய

அவசியம் இல்லை. அங்கு என்றது அப்பொழுதே என்ற பொருளில் வந்தது. வெய்ய வாரணம் : வெம்மை, காம மிகுதியால் உண்டான மதத்தைக் குறிப்பித்தது. வாரணம் யானை. வெய்ய வாரணம் கையினாலும், காமத்தினாலும் ராவணனுக்கு உவமையாயிற்று. தான் கை இருபதுடையான் என்று,தான் என்பதை இராவணனுக்குக் கொள்க. கத்தரிக்க துண்டு படுத்த. எய்தான்-அம்பை எய்தவன். பயந்த - பெற்ற. இலஞ்சியம் - அருமைக் குழந்தை.)

பலித்த விண்ணப்பம்

கந்தர் அலங்காரம் 108 பாடல்களை உடையதாக இப்போது இருக்கிறது. 108 மணிகள் கொண்ட ஜபமாலையைப் போல இருக்கிறது. குஞ்சமாகிற காப்புப் பாட்டு ஒன்றும், நூலாக 100 பாடல்களும், நூறுக்கு மேலும் பொங்கி வழிந்த ஏழு பாடல்களும் ஆக 108 பாடல்கள். ஒவ்வொரு பாட்டுக்கும் ஒரு தனிச் சிறப்பு உண்டு. முருகன் கருணை நோக்கைப் பற்றிச் சொல்லும் சிறப்புடையவை சில. அடியார்களின் பெருமையைச் சொல்வன சில. நம்முடைய குற்றங்களை நினைக்கச் செய்பவை சில. அருணகிரியார் தம் அநுபவத்தைச் சொல்வன சில. இப்பொழுது சொல்லப் போகிற பாட்டு அருணகிரிநாத ருடைய வாழ்க்கையோடு சம்பந்தப்பட்டது.

ஆனந்த வாழ்வு

அருணகிரிநாதர் இறைவனால் ஆட்கொள்ளப் பெற்றவர். அவனுடைய அருளால் கிடைத்த பேரானந்தத்தை இந்த உடம்பில் இருக்கும்போதே பெற்றார். மற்ற மக்கள் உயிர் உடம்பை விட்டுப் பிரிந்த பிறகு, மரணம் அடைந்த பிறகுதான், பேரின்ப அநுபவம் பெற முடியும். அருணகிரி நாதர் தம் பூத உடம்பு அழிவதற்கு முன்னமேயே ஆனந்த வாழ்வு பெற்றார். அவர் கிளியாக மாறி எம்பெருமான் திருக் கரத்தில் இருக்கிறார் என்பது ஒரு வழக்கு. மற்றவர்கள் மரணம் அடைகின்ற மாதிரி அருணகிரிநாதர் மரணம் அடையவில்லை என்ற ஒன்றை நினைவு வைத்துக்கொண்டால் போதும். அந்த நிலை அவருக்கு எப்படி வந்தது? சித்தர்கள் மரணம் அடையாதிருக்கப் பல விதமான மூலிகைகளை உண்டு பல காலம் வாழ்ந்திருப்பார்கள்.

பூத உடம்பு அழிந்துபோக உயிர் மரணம் அடையும் வாழ்வு கூடாது என்று அருணகிரிநாதர் விரும்பினார். அந்த விருப்பத்தைக் காட்டுவது இப்போது சொல்லப் போகும் பாட்டு.

அநாயாச மரணம்

உடம்போடு வாழ்கின்ற உயிர்கள் மரணம் அடைவதற்குமுன் நரை, திரை, மூப்பு என்பன வருகின்றன. பிணி வந்து நலிகிறது. உடம்பில் அப்போது பல வகை வேதனைகள் உண்டாகின்றன. அதனால் பலர் "கடவுளே, எனக்கு மரணம் கிடைக்க வேண்டும்" என்று வேண்டிக் கொள்வார்கள். மரணமே வேண்டாம் என்றால் அது நடக்காது. ஆதலால் அநாயாசமாக, துன்பம் இன்றி உயிர் போக வேண்டும் என்று வேண்டிக் கொள்கிறார்கள். இந்த உலகத்தில் நுகர வேண்டிய அநுபவங்களை எல்லாம் பெற்று, ஒவ்வொரு நாளும் பலவிதமான துன்பங்களுக்கு உள்ளாகிறவர்கள், "கடவுளே, அநாயாசமாக என்னைக் கொண்டுபோக மாட்டாயா?" என்று கேட்பது நம் காதில் விழுகிறது உண்டு. அருணகிரியார் அப்படிக் கேட்கவில்லை. "இந்த உடம்பு இருக்கும்போதே என்னைக் காத்தருள வேண்டும்; இன்ப வாழ்வை அருள வேண்டும்" என்று கேட்கிறார். அவர் கேட்கிற இன்பம் மோட்ச இன்பம். 'மோட்சம் என்பது உடம்போடு இருக்கிற வரையிலும் கிடைக்காது. உடம்பை விட்டு உயிர் புறப்பட்ட பிறகே கிடைக்கும்' என்று உலகிலுள்ள மதங்கள் சொல்கின்றன. இந்த நாட்டில் உள்ள சமயவாதிகளில் சிலரும் மோட்சம் என்பது இந்தப் பிறவிக்குப் பின்பே கிடைப்பது என்பார்கள்.

வாழ்க்கையில் இன்பம்

சிலர், "செத்த பிறகு சிவலோகம் வைகுந்தம் சேர்ந் திடலாம் என்று இருக்கிறீர்களே! வைய வாழ்க்கைக்குப் பயன் அளிக்காத தெய்வம் எதற்கு? வான வாழ்வைப் பார்த்து வைய வாழ்வை ஏன் உருக்குலைத்துக் கொள்கிறீர்கள்?' என்று

கேட்கிறார்கள். நாமும் அவர்கள் சொல்வது நியாயமென்று நினைத்துக் கொண்டிருக்கிறோம். அருணகிரியார், ஞானசம்பந்தப் பெருமான் முதலியவர்கள் வைய வாழ்வை நினைக்காமலா வான வாழ்வை நினைந்து வாழ்ந்தார்கள்? வைய வாழ்வில் அவர்கள் ஒவ்வொரு கணமும் நன்றாக வாழ்ந்தார்கள்; புகழ் வாழ்வு வாழ்ந் தார்கள். நாமோ வாழத் தெரியாமல் வாழ்வில் ஒவ்வொரு கணமும் செத்துக் கொண்டிருக்கிறோம். "கோழை பல முறை சாகிறான்" என்பது ஆங்கிலப் பழமொழி. காலனை இக்கோழைகள் எதிர்த்து நிற்கமாட்டார்கள் என்பது இருக்கட்டும். போலீஸ்காரனுக்கு முன்னாலேகூட இவர் கள் நிற்கமாட்டார்கள்; அமீனாவுக்கு முன்னாலே நிற்க மாட்டார்கள்; கலெக்டர் முன்னாலே நிற்கமாட்டார்கள். இவர்கள் காலனை எதிர்த்து நிற்பது எங்கே? அருணகிரி நாதரைப் போன்றவர்கள் நம்மைப் போலக் கோழை அல்லர். யாருக்கும் எதற்கும் அஞ்சாமல் தம் கொள்கையை நிலை நாட்டி நன்றாக வாழ்ந்தவர்கள். இந்த வாழ்க்கை யிலேயே இறையின்பத்தை நுகர்ந்தார்கள்.

“இத்தேகமொடு காண்பனோ”

என்று தாயுமானவர் ஏங்குகிறார். "இத் தேகம் இருக்கும் போதே சந்தேகம் இல்லாமல் எனக்கு உன்னுடைய திருவருள் பதிய வேண்டும். நான் சோறு சாப்பிடுவது போல, தண்ணீர் பருகுவது போல, வெற்றிலை மெல்லுவது போல உன்னுடைய திருவருளை நான் நுகர வேண்டும்" என்று ஞானிகள் வேண்டினர்.

இறைவனை உணர்தல்

இறைவன் அருளை நாம் தெளிவாக உணரலாம் என்று மகாத்மா காந்தி சொன்னார். அவர் மகாஞானி என்று சொல்வதற்கில்லை. ஆனால் நம்மைப் போன்ற அஞ்ஞானியும் அல்ல. நல்ல அநுபவி. அவர் அநுபவத் திற்கும் அருணகிரி நாதருடைய அநுபவத்திற்கும் எத்தனையோ தூரம்

தூரம் இருக்கலாம். ஆனால் நம்மைக் காட்டிலும் மிகச் சிறந்த அநுபவம் உடையவர் மகாத்மா. அப்படிப் பார்க்க வேண்டும். நம்மை அருணகிரிநாதர் என்று எண்ணிக் கொண்டு, "காந்தி என்ன? அவர் வெறும் அரசியல் தலைவர்தாமே?" என்று சொல்லிவிடக் கூடாது.

எங்கள் ஆசிரியர் ஒன்று சொல்வார்கள். 'ராமனும் கிருஷ்ணனும் என்ன, சாதாரண மனிதர்கள் தாமே? சிவபிரானைப் போன்றவர்களா?' என்று சில சைவர்கள் சொல்வார்கள். சிவனை நோக்க ராமன் தாழ்ந்தவனாக இருக்கலாம். நம்மைச் சிவனாக எண்ணிக்கொண்டு ராமனும் கிருஷ்ணனும் தாழ்ந்தவர்கள் என்று பேசலாமா? அப்பாவுக்குப் பக்கத்தில் இருப்பதனால் குழந்தை அப்பா ஆகிவிடுமா? நம்மைவிட ராமன், கிருஷ்ணன் உயர்ந்தவர்கள் என்ற உண்மையை எண்ணி அவர்களிடம் மரியாதை வைக்க வேண்டும்" என்று சொல்வார்கள்.

"நான் மற்றப் பொருள்களை உணர்கிறமாதிரி கடவுளுடைய இருப்பை உணர்கிறேன். உள்ளொலியை நான் கேட்கிறேன்" என்று காந்தியடிகள் சொன்னார். அவர் சாதகம் எதுவும் பண்ணவில்லை. யோகம் பண்ணவில்லை. தம் வாழ்க்கை முழுவதும் சத்திய சோதனை செய்தார். அவர் இறைவனை உணர்ந்தார் என்றால் ஆண்டவனது பேரருளிலேயே கலந்து வாழ்ந்தவர்களான அருணகிரி நாதர், ஞானசம்பந்தப் பெருமான் முதலியவர்கள் கடவுளின் இன்ப அநுபவத்தை இகவாழ்விலே பெற்றார் கள் என்பதில் ஐயம் என்ன?

வேண்டுகோள்

அருணகிரி நாதரும் தம் அநுபவ நிலையில் இன்ப நிறைவு பெற்றார். அதனைப் பெறுவதற்கு முன்னாலே வேண்டிக் கொண்ட வேண்டுகோள் இது. "ஆண்டவனே, இந்த உடம்பு இருக்கும்போது நீ அருள் செய் அப்பா. இந்த உடம்பாகிய வீடு நெடுநாள் இராது என்று தெரியும். சின்னக் குடிசை இது. இரண்டு கால் நட்ட குடிசை. இந்தக் குடிசை குலைவதற்கு

முன்னாலே நீ வந்து என்னைக் காத்து அருள வேண்டும். இந்த உடம்பை விட்ட பிறகு எனக்குக் கிடைக்கிற இன்ப அநுபவம் இந்த உடம்போடு இருக்கும்போதே ஏற்பட வேண்டும்" என்று தம் அவாவை வெளிப்படுத்திப் பிரார்த்தனை செய்கிறார். "அப்படி அருளினால், கடவுளே, எந்தக் காலத்திலும் உன்னை மறக்க மாட்டேன்" என்றும் சொல்கிறார். இந்த வேண்டுகோளைத் திருச்செங்கோட்டில் சமர்ப்பிக்கிறார்.

திருச்செங்கோடு

திருச்செங்கோட்டு மலையின் மேல் விளக்காக உள்ள முருகனை நோக்கி விண்ணப்பித்துக் கொள்கிறார். கொங்கு நாட்டில் சேலம் மாவட்டத்தில் திருச்செங்கோடு என்பது ஒரு தாலூக்கா. அதன் தலைநகர் திருச்செங்கோடு. கொடி மாடச் செங்குன்றூர் என்று தேவாரத்தில் அதன் பெயர் வருகிறது. ஞானசம்பந்தப் பெருமான் அந்த ஊருக்குத் தொண்டர் கூட்டத்தோடு சென்றார். அவர்களுக்குக் குளிர் சுரம் வந்தது. அதை நளிர் சுரம் என்றும் சொல்வார்கள். எந்த மருந்துக்கும் அந்த வெப்பு நோய் கட்டுப்படாமையால் சம்பந்தர் ஒரு பதிகம் பாடினார். நளிர் சுரம் நீங்கிவிட்டது.

அர்த்தநாரீசுவரர்

திருச்செங்கோடு மிகப் பழமையான தலம். அங்கு எழுந்தருளியுள்ள மூர்த்தி அர்த்தநாரீசுவரர். மாதிருக்கும் பாதியனாகிய கோலமே பழைய திருக்கோலம். இறைவன் உலகத்திற்கு அருள் செய்ய உருவம் கொண்டு அருளியபோது முதல் முதலில் அர்த்தநாரீசுவர உருவம் வந்தது. ஐங்குறுநூற்றில் பாரதம் பாடிய பெருந்தேவனார் அப்படிச் சொல்கிறார்.

“நீல மேனி வாலிழை பாகத்து
ஒருவன் இருதாள் நிழற்கீழ்
மூவகை உலகும் முகிழ்த்தன முறையே."

மாணிக்கவாசகரோ அதனைத் தொன்மைக் கோலம் என்பார்.

"தோலும் துகிலும் குழையும் சுருள்தோடும்
பால்வெள்ளை நீறும் பசுஞ்சாந்தும் பைங்கிளியும்
சூலமும் தொக்க வளையும் உடைத்தொன்மைக்
கோலமே நோக்கிக் குளிர்ந்தூதாய் கோத்தும்பீ"

என்று சொல்கிறார்.

உலகத்திற்கு முதலில் தோற்றிய கோலம் உமையும், பாதி ஆண்டவனுமாக அமைந்த அந்தத் திருக்கோலம்.

செங்கோட்டு வேலவன்

அங்கே முருகனும் எழுந்தருளியிருக்கிறான். எல்லாச் சிவாலயங்களிலும் முருகப் பெருமானுக்குக் கோயில் உண்டு. சில தலங்களில் முருகனுக்கு அதிகப் பெருமை இருக்கும்; மற்ற மூர்த்திகளுக்கு அவ்வளவு சிறப்பு இராது. தேவாரத்தில் பாடல் பெற்ற தலமாகத் திருப்பரங்குன்றம் இருந்தாலும் சிவபிரான் சந்நிதி அங்கே இருக்கிறது என்பது பெரும்பாலோருக்குத் தெரியாது. பிள்ளை கலெக்டரானால் அவருடைய குமாஸ்தாவைத் தெரிந் திருந்தாலும் தெரிந்திருக்கும்; தகப்பனாரைப் பலருக்குத் தெரியாது அல்லவா? அப்படி அந்தத் தலத்தில் பழைய பரமசிவம் இருக்கிறார். முருகனுக்கு உகந்த தலம், ஆறுபடை வீடுகளில் முதலாவது என்றே பலரும் அறிவார்கள். அப்படியின்றி முருகன், அம்மை, அப்பன் மூவருக்கும் சிறப்பு அமைந்த தலங்கள் சில உண்டு. வைத்தீசுவரன் கோயில் என்ற ஊரில் சிவபிரான் வைத்திய நாதப் பெருமானாக எழுந்தருளியிருக்கிறார். அம்பிகையாகிய தையல்நாயகியின் சந்நிதானத்தில் பேய்கள் ஆடிக்கொண் டிருக்கும். முருகனுக்கு முத்துக்குமாரசுவாமி என்று திருநாமம். அவன் சந்நிதியிலே தொண்டர்கள் வந்து குழுமுவார்கள். இப்படி அந்த ஊரில் மூன்று பேரும் சமமான நிலையில் இருக்கிறார்கள். அதுபோலவே திருச் செங்கோட்டில் அம்மையப்பராகிய அர்த்தநாரீசுவரருக்கும் பெருமை. முருகனுக்கும் பெருமை.

அங்குள்ள முருகனை, "செங்கோட்டு வேலப்பன்" என்பார்கள். அப்படியே பெயர் வைத்துக் கொள்வார்கள்; செங்கோடன் என்றும் வைத்துக்கொள்வதுண்டு. முருகனுடைய திருவுருவத்தில் வேலைத் தனியே சாத்த வேண்டிய அவசியமின்றி உருவத்தோடு சேர்ந்தே அமைந்திருக்கிறது.

அருணகிரியார் ஈடுபாடு

அத்தலத்தில் அருணகிரிநாதருக்கு மிகவும் ஈடுபாடு. கந்தர் அலங்காரத்தில் அந்தத் தலத்தைக் குறித்து ஐந்து பாட்டுச் சொல்லியிருக்கிறார். திருப்புகழிலும் பல பாடல்கள் பாடியிருக்கிறார்.

அருணகிரியாருக்கு அத் தலத்தில் தனியான ஈடுபாடு உண்டென்பதற்கு மற்றொரு சான்று இருக்கிறது. கந்தர் அநுபூதி பாடும்போது அவர் இந்தப் பௌதிக உடம்பின் சம்பந்தம் இல்லாமல் எம்பெருமாள் திருக்கரத்தில் கிளியாக அமர்ந்து பாடினாராம். பசுகரணங்கள் நழுவி, பதிகரணம் பெற்று, முருகன் பேசும் பேச்சையே; சொன்னதைச் சொல்லும் கிளிப்பிள்ளை போலத் திருவாய் மலர்ந்தார். அதுவே கந்தர் அநுபூதி என்பர். அதில் அருணகிரியார் வேறு எந்தத் தலத்தையும் சொல்லவில்லை. திருச்செங்கோட்டை மாத்திரம் சொல்கிறார்.

"நாகாசல வேலவ"

என்று அத்தலத்தில் உள்ள முருகனைச் சொல்கிறார். இதற்குக் காரணம் என்ன என்று ஆராய்ச்சி பண்ணி னேன். ஒன்று விளங்கியது. அந்தப் பாட்டுக்கும் கந்தர் அலங்காரத்தில் இன்று நாம் பார்க்கப்போகிற பாட்டுக்கும் தொடர்பு இருக்கிறது. இந்த அலங்காரப் பாட்டில் அவர் முருகனிடம் என்ன பிரார்த்தனை செய்து கொள்கிறார்? "ஆண்டவனே, எல்லோரையும்போல நான் மரணம் அடையக் கூடாது. இந்தக் குடிசை குலைவதற்கு முன்னே வந்து நீ என்னைக் காத்தருள்வாய்" என விண்ணப்பம் போடுகிறார். இந்த

விண்ணப்பம் பலித்தது. அதனால் கந்தர் அநுபூதியில், "என் வேண்டுகோளை நிறைவேற்றி வைத்தாயே, அப்பனே! உனக்கு மிக்க வந்தனம்" என்று நன்றியறிவுடன் பாராட்டுகிறார்.

கந்தர் அலங்காரப் பாட்டைப் பார்க்கலாம்.

தெய்வத் திருமலைச் செங்கோட்டில்
வாழும் செழுஞ்சுடரே,
வைவைத்த வேற்படை வானவ
னே, மற வேன்உனைநான்
ஐவர்க்கு இடம்பெறக் கால்இரண்டு
ஓட்டி அதில்இரண்டு
கைவைத்த வீடு குலையுமுன்
னேவந்து காத்தருளே.

இது அருணகிரியார் செய்துகொண்ட விண்ணப்பம்.

செழுஞ்சுடர்

விளக்குப் போல இருக்கிறான் ஆண்டவன். விளக்கானது சுடர்விட வேண்டுமானால் அகல் இருந்தால் மட்டும் போதாது; நெய்யும், திரியும் வேண்டும். அது செழுமை இல்லாத விளக்கு. ஆண்டவனோ வேறு எதன் துணையை யும் வேண்டாமல் சுயம்பிரகாசனாக இருக்கிறான். "சூரியனுக்கு யாரும் உதவி செய்யவில்லையே ! அவன் சுயம் பிரகாசன் அல்லவா?" என்று கேட்கலாம். ஆண்டவனது அருளாகிய திரியும், நெய்யும் இருப்பதனால்தான் அவன் ஒளி விடுகிறான். அகல் விளக்கையே பார்த்துப் பழகிய நாட்டுப்புறத்தான் சென்னபட்டினம் வந்தால் மின்சார விளக்கைப் பார்த்து வியக்கிறான்."இந்த விளக்கு ஆச்சரியமாக இருக்கிறதே! திரி இல்லை; எண்ணெய் இல்லை. ஒன்றும் வேண்டாமல், தானே எரிகிறதே!" என மலைப்பான். ஆனால் நமக்கு உண்மை தெரியும்; 'இந்தப் பல்பு சும்மா எரியவில்லை. மின் கம்பி போட்டிருக்கிறோம். மின்சார சக்தி அதனுள் ஓடுகிறது. அதனால் பல்பு எரிகிறது' என்பது தெரியும். அதைப்போல,

நமக்குத் தெரியாவிட்டாலும் பெரியவர்கள் அறிந்து சொல்கிறார்கள் ; சூரியனுடைய ஒளிக்கு இறைவனே காரணம் என்கிறார்கள்.

"அருக்கனிற் சோதி வைத்தோன்"

(திருவாசகம்)

என்று ஆண்டவனைப் புகழ்கிறார்கள். கதிரவனுக்கு ஒளியை வழங்கினவன் ஆண்டவன். எவன் எல்லாச் சோதிக்கும் மேலான சோதியாக இருக்கிறானோ, அவன் தான் தனிப் பெருஞ் சோதி ; அருட் பெருஞ் சோதி; சுயஞ் சோதி; பரஞ் சோதி, அந்தச் செழுமை மிக்க சுடரான ஆண்டவன் பெரிய மலையாகிய திருச்செங்கோட்டின்மேல் ஒளி விட்டுக் கொண்டு விளங்குகிறான்; மலைவிளக்காக இருக்கிறான். சாதாரண விளக்கு இந்த உலகத்துப் பொருள்களைக் காட்டும். மலை விளக்காக இருக்கிற ஆண்டவன் உலகினூடே உள்ள உண்மைப் பொருளைக் காட்டுகிறான்.

புகைப்படம் எடுக்கிறோம். அவை நமது மேல் உடம்பைக் காட்டுகிறது. உடம்புக்குள் என்ன இருக்கின் றன என்று அது காட்டுவது இல்லை. ஆனால் 'எக்ஸ்ரே' மூலம் படம் எடுத்தால் உடம்புக்குள் இருக்கும் பொருள்களையும் காட்டுகிறது. சாதாரணப் போட்டோவைக் காட்டி லும் 'எக்ஸ்ரே' எடுப்பதற்கு அதிகப் பணம் கொடுக்க வேண்டும். அது நுட்பமான கருவிகளை உடையது. அந்த எக்ஸ்ரேயினாலும் காட்ட முடியாத பொருள்கள் இருக்கின்றன. அவற்றைக் காட்டுவது ஆண்டவனுடைய பேரொளி. அதனால்தான் திருமுருகாற்றுப்படையில்,

"சேண்விளங்கு அவிர்ஒளி"

என்று நக்கீரர் பாடுகிறார். முருகன் ஒளி நெடுந்தூரம் வரையிலும் வீசுகிறதாம்.

சேய்மையும் அணிமையும்

"நமக்கு அந்த ஒளியிலே ஒன்றும் தெரியவில்லையே!" என்று சொல்லத் தோன்றுகிறது. அந்த ஒளியே நமக்குத் தெரியவில்லை. ஒரு பொருளின் அருகில் இருந்தும் அதைத் தெரிந்து கொள்ளாதவர்கள் இருக்கிறார்கள். நமது பக்கத்து வீட்டில் யார் இருக்கிறார்கள் என்பது தெரியாமல் நாம் சென்னையில் வாழவில்லையா? யாரேனும் விசாரித்துக் கொண்டு வந்தால், "எனக்குத் தெரியாது. நீங்கள் விசாரித்துப் பாருங்கள்' என்று சொல்கிறோம். பல ஆண்டுகளாக அங்கே வசித்துக் கொண்டிருந்தும் விசாரிக்க வில்லை; வந்து ஐந்து நிமிஷம்கூட ஆகாத ஒருவரைப்போய் விசாரிக்கச் சொல்கிறோம்! அவர் நமது வீட்டுக்கு அருகில் இருப்பவராக இருப்பினும் நமக்கு வெகுதூரத்தில் இருப்பவராக ஆகிறார்.

சேய்மை, அணிமை என்பது கண்ணாலே அளந்து பார்க்கும் அளவு என்று பொதுவாகச் சொல்கிறோம். கருத்தினால் சேய்மையும் அணிமையும் அமைவது உண்டு. வெகுதூரத்தில் இருக்கிற ஒருவனைச் சுட்டுகிறபோது, "அவன்" என்று சொல்கிறோம். அருகில் இருப்பவனை, "இவன்" என்று சொல்கிறோம். அது, அவன், அவள் என்பவை சேய்மைச் சுட்டு. இது, இவன், இவள் என்பவை அணிமைச் சுட்டு. புறநானூற்றில், "இளையன் இவன் என உளையக் கூறி" என்று வருகிறது. அங்கே, இவன் என்று சுட்டியவன் நெடுந்தூரத்தில் உள்ளவன். அவனை, அவன் என்னாமல் இவன் என்று சொல்லலாமா? அதற்கு உரையாசிரியர் நியாயம் கூறுகிறார். "இவன் என்றார், தம் கருத்துக்கண் அணுமையான்" என்று உரை எழுதுகிறார். ஆண்டவன் மனத்திற்கும் வாக்குக்கும் அப்பாற்பட்டவனாக இருக்கிறானாதலின், "அவன், அவன்" என்று குறிப்பிடுவது மரபு. ஞானசம்பந்தப் பெருமான் அவன் தம் மனத்தில் உறைபவனாதலால்,

"பெம்மான் இவன் அன்றே"

என்றார். ஆண்டவனைப் பார்த்து "இவன்" என்று யார் சுட்டுவார்கள்? 'அவன், அவன்' என்று வேதம் சொல்ல, அவன் "என் "அவன், அவன்" என்றே முனிபுங்கவர்கள் எல்லாம் சொல்ல, "அவன், "அவன்" என்று நம் போன்றவர்கள் சொல்ல, "அவன் அன்றி ஓரணுவும் அசையாது" என்று பழமொழியும் சொல்ல, ''இவன்" என்றார் அவர்.

"தோடுடைய செவியன் விடையேறியோர்
தூவெண் மதிசூடிக்
காடுடைய சுடலைப்பொடி பூசிஎன்
உள்ளங் கவர்கள்வன் ;
ஏடுடைய மலரான் முனை நாள்பணிந்து
ஏத்த அருள்செய்த
பீடுடைய பிரமாபுர மேவிய
பெம்மான் இவனன்றே"

என்பது அவர் பாட்டு. ஆண்டவன் தம் அநுபவத்திற்கு உள்ளாகி, அண்மையில் இருப்பதனாலே, "இவன்'' என்று சொன்னார்.

இப்படி இறைவன் சிலருடைய உள்ளத்திற்கு அநுபவப்பொருளாக இருக்கும்போது, நம் போன்றவர்களுக்கு அநுபவத்திற்கு எட்டாத பொருளாக நெடுந் தூரத்தில் இருக்கிறான். அருகில் வருபவர்களையே அறிந்து கொள்ளாதவர்கள் நாம் அல்லவா?

பக்கத்து அறையில் தம் பிள்ளை இருப்பது தெரியாத ஒருவர், அவன் வெகு தூரத்தில் தோட்டத்தில் இருப்பதாக எண்ணி,"ஏ சுப்பிரமணியா!' எனக் கத்திக் கூப்பிடுகிறார். அவர் கூப்பிடும் சத்தமே சுப்பிரமணியன் பக்கத்தில் இல்லை, தூரத்தில் இருக்கிறான் என்று அவர் எண்ணி யிருப்பதைக் காட்டும், அண்மையில் இருந்தும் அதை அறியவில்லை. அருகில் இருப்பது தெரிந்தால் அப்படிக் கூப்பிடமாட்டார். கடவுளை நாம் அப்படித்தான் அழைத்துப் புலம்புகிறோம். நமக்குள்ளே இருக்கும் பொருளை அவனது அருளொளிதான்

காட்டமுடியும். அந்த அருளொளியை உடைய செழுஞ்சுடர் திருச்செங்கோட் டின் மேலே இருக்கிறது.

தெய்வத் திருமலைச் செங்கோட்டில்
வாழும் செழுஞ்சுடரே !

மலையின்மேல் உள்ள சுடரை நினைப்பது மலையின் மேல் விளக்கிடும் அருணையில் ஞானம் பெற்ற அருணகிரி யாருக்கு எளிதல்லவா?

செங்கோட்டின் பெருமை

செங்கோடு என்றால் செங்குத்தான மலை என்று பொருள். மற்ற மலைகளில் ஏறுவது போலத் திருச்செங்கோட்டு மலைமேல் ஏற முடியாது. ஏறும்போது அடிக்கடி முழங்காலைத் தழுவிக் கொண்டே ஏறவேண்டும். அது செங்குத்தாக இருக்கும். எங்கே பார்த்தாலும் தெய்வத் தன்மை பொருந்தி இருக்கும் மலை அது. ஆதிசேஷன் அங்கே பூசித்தான் என்பார்கள். அவனுடைய முடி ஒன்றே அப்படி ஆயிற்று என்றும் சொல்வர். ஆகவே அதை நாகமலை, அரவகிரி, நாகாசலம் என்று சொல்வர். "நாகாசல வேலவனே" என அம் மலை மீது எழுந்தருளியிருக்கும் வேலவனைத்தான் அருணகிரியார் கந்தர் அநுபூதியில் சுட்டுகிறார்.

அடையாளம்

மலைமேலே இருக்கிற விளக்குத் தெளிவாகத் தெரியும். பார்க்கிறவர்களுக்குத்தான் தெரியும். வேறு திசையில் பார்த்தாலும், கண்ணை மூடிக்கொண்டாலும் அது தெரியாது; கண் இல்லாக் குருடர்களுக்கும் தெரியாது. நமக்கு அந்தச் சுடர் தெரியவில்லையே என்றால், இந்த மூன்று வகையில் ஒரு வகையினர் நாம் என்றே கொள்ள வேண்டும். அருணகிரிநாதர் குருடர் அல்ல. அவர் மலைமேல் இருக்கின்ற செழுஞ்சுடரை நன்றாகப் பார்த்தார். ஆகவே,

தெய்வத் திருமலைச் செங்கோட்டில்
வாழும் செழுஞ்சுடரே !

என்றார்.

அந்தச் சுடருக்கு ஓர் அடையாளம் சொல்கிறார். முதலில் சுடர்ப் பிழம்பு தோற்றியது. பிறகு அடையாள மாகிய வேல் தோற்றியது. இந்தப் பல்பு ஒளி விடுகிறது. முதலில் பல்புதான் தோன்றுகிறது. உற்றுப் பார்த்தால் உள்ளே உள்ள கம்பி தோன்றும். மலைமேல் இருக்கும் செழுஞ்சுடரைக் கண்டார் அருணகிரியார். மேலும் அதை உற்று நோக்கினார். அந்தச் செழுஞ் சுடருக்குள் ஒரு கதிர் தோன்றியது. அதுதான் வேல்.

வைவைத்த வேற்படை வானவனே !

(வை வைத்த - கூர்மையை வைத்திருக்கிற. வேல் படை- வேலாயுதத்தை உடைய. வானவனே- தெய்வமே.)

மற்ற வேல்கள் அழுக்கடைந்த உடலுக்குள் பாய்ந்து, ரத்தம் தோய்ந்து தானும் அழுக்கடையும்; முனை மழுங்கும். மற்றப் பேர்களைக் கொலை செய்கின்ற வேல் போன்றது அல்ல எம்பெருமான் திருக்கரத்தில் உள்ள வேல். இந்த வேல் அஞ்ஞானத்தைப் போக்குகின்ற ஞானத் திருவுருவம் உடையது. அதனாலே ஞான சக்தி என்ற பெயர் உடையது. கூர்மையான வேலைப் படையாகக் கொண்ட தெய்வம், செங்கோட்டு வேலன்.

பீடிகை

அருணகிரியார் அப் பெருமானைப் பார்த்து,

மறவேன் உனைநான்

என்றார். உத்தியோகம் வேண்டுகிறவர்கள், 'எனக்குத் தாங்கள் அந்த வேலையைக் கொடுத்தால் உங்களை எப்பொழுதும் மறக்கமாட்டேன்' என்று சொல்வது இல்லையா? அதுபோலத் தாம் சொல்லும் விண்ணப்பம் இன்னது என்று

தெரிவிப்பதற்கு முன்னாலே, "மறவேன் உனைநான்" எனச் சொல்கிறார்.

ஆண்டவன் அருணகிரியார் துதித்ததைக் கொண்டு இன்புறுகிறான்.தன்னுடைய பக்தன், தன் இருப்பிடத்தைக் கண்டு, தன்னுடைய ஒளியைக் கண்டு, தன் கரத்திலுள்ள வேலைக் கண்டு பாராட்டுகிறான் என்ற பெருமிதத்தோடு இருக்கிறான். அப்பொழுது அருணகிரியார், "முருகா, இனி நான் சொல்லப்போவதைக் கொஞ்சம் கேளப்பா என்ற குறிப்போடு, "மறவேன் உனை நான்" என்று பீடிகை போடுகிறார். நம்மிடம் பல விஷயங்களைப் பற்றிப் பேசிக் கொண்டே இருந்த ஒருவர் திடீர் என்று, "ஒரு விஷயம். உங்களை நான் என்றைக்கும் மறக்க மாட்டேன்" எனச் சொல்ல ஆரம்பித்தால், அவர் ஏதோ வேண்டுகோளை விடுக்கப் போகிறார் என்பதை உணர்ந்து, அவர் என்ன சொல்கிறார் என்பதைக் கேட்கக் காதை நீட்டுவோம் அல்லவா? அதைப்போல எம்பெருமானிடத்தில் அளவற்ற பக்தி உடைய அருணகிரியார், "மலைமேல் இருக்கும் செழுஞ்சுடரே! வேற்படை வானவனே!' எனத் துதித்து விட்டு, "உன்னை நான் என்றைக்கும் மறவேன்" என்று கூறிப் பின்னே தாம் வெளியிடப்போகும் பிரார்த்தனை ஒன்று உண்டு என்பதைக் குறிப்பிக்கிறார். ஆண்டவன், "மறவேன் உனை நான்" என்று சொன்னவுடனேயே, இவர் என்ன சொல்லப்போகிறார் என்பதைக் கேட்கச் சித்தனாக இருக்கிறான். அவர் சொல்கிறார்:

ஐவர்க்கு இடம் பெறக் கால் இரண்டு
ஓட்டி அதில் இரண்டு
கைவைத்த வீடு குலையுமுன்
னே வந்து காத்தருளே.

நாம் வாழும் குடிசை

"எனக்கு இரண்டு கால் நட்டு, இரண்டு கை வைத்து ஒரு குடிசை கட்டிக் கொடுத்திருக்கிறாய். இது எனக்குச் சொந்தம்

என்று நினைத்துக்கொண்டு இருக்கிறேன். ஆனால் நீ வேறு ஐந்து பேர்களைக் குடியிருக்கச் செய்திருக்கிறாயே!"

ஐவர்க்கு இடம் பெற.

கால்,கை என்பவை உடம்பில் இருக்கின்றன. கட்டிய வீட்டிலும் அவை உண்டு. தூணுக்குக் கால் என்று பேர். குறுக்கே போடும் கட்டைகளுக்குக் கை என்று பேர். "இந்தக் குடிசையை எனது என்று எண்ணி ஏமாந்து போவேனா? ஐந்து பேர்களோடு நானும் ஒருவனாக அல்லவா இங்கே ஒண்டிக் கொண்டிருக்கிறேன்? இது நிலையானது அன்று; ஒரு புயல் வந்தால் போதும், குலைந்து போகுமே! இது குலைவதற்குள் எனக்கு வேறு ஓர் இடம் காட்ட மாட்டாயா?" என்று கேட்கிறார்.

ஐவர்க்கு இடம் பெறக் கால் இரண்டு
ஓட்டி அதில் இரண்டு
கைவைத்த வீடு குலையுமுன்
னே வந்து காத்தருளே.

குலையும் வீடு

காஞ்சீபுரத்தில் பெரிய உற்சவம் நடக்கிறது. அங்கே ஒருவர் போகிறார். அங்குள்ள தம் நண்பர் ஒருவர் வீட்டில் தங்குகிறார். இவரைப்போல இன்னும் சில விருந்தாளிகள் அங்கே இருக்கிறார்கள். இவருடைய நண்பர் இவருக்கு உணவு இட்டு, உபசாரம் செய்து, படுக்கவும் நல்ல படுக்கை தலையணை அளித்து, ஓர் இடத்தைக் காட்டுகிறார். காலையில் எழுந்திருந்தவுடன் இவர், "நான் ஊருக்குப் போய் வருகிறேன்" என்று சொல்லிக் கொள்கிறாரேயன்றி, அதையே தம் வீடு என்று எண்ணி, அதைச் செப்பஞ் செய்ய வேண்டும் என்று நினைக்கிறாரா? "அவ்வீடு அவருக்குச் சொந்தம்; நமக்கு அல்ல" என்ற பகுத்தறிவோடு, "நான் ஊருக்குப் போய் வரட்டுமா?" என்று சொல்லிக் கொள்கிறார். அந்த வீட்டைப் பொறுத்த வரையில் அவருக்குப் பகுத்தறிவு இருக்கிறது. ஆனால் தம் உடம்பாகிய வீட்டைப் பற்றிய அறிவு

இல்லையே! இதைத் தமக்குச் சொந்தம் என்றல்லவா எண்ணிச் சீர்திருத்த நினைக்கிறார்?

அருணகிரியார், "ஆண்டவனே. இந்தக் குடிசை ஐந்து பேர் வாழ நீ போட்டிருக்கிறாய். இது நிச்சயமாகக் குலைந்துவிடும். அதற்குமுன் என்னைக் காப்பாற்றியருள வேண்டும்" என்று விண்ணப்பம் செய்துகொள்கிறார்.

வருமுன் காப்போன்

மனிதர்களுள் மூன்று வகை உண்டு. வந்த பின் காப்பவன் ஒருவன். வருகின்றபோது காப்பவன் மற்றொருவன். வருமுன் காப்பவன் மூன்றாமவன். முதல் இரண்டு பேரைக் காட்டிலும் வருமுன் காப்பவன் சிறந்த அறிவாளி. புயல் வருமே என்று எண்ணி நல்ல அஸ்திவாரம் போட்டு, கட்டிடத்தை நல்ல முறையில் கட்டிக் கொள்கிற வனுக்குப் புயல் வந்தால் பயம் இல்லை. அவன் கட்டிடம் ஒன்றும் ஆகாது. புயல் வருகிறபோது பார்த்துக் கொள்ளலாம் என இருப்பவன் புயல் அடிக்கிறபோது அங்கும் இங்குமாக முட்டுக் கொடுத்து வீடு குலையாமல் இருக்கப் பாடுபடுவான். வந்தபிறகு பார்த்துக் கொள்ளலாம் என்று அசிரத்தையாக இருப்பவன், புயல் வந்து, வீடு குலைந்து, எல்லாவிதமான பொருள்களும் போன பிற்பாடு அழுது கொண்டு இருப்பான்.

அருணகிரியார் வருமுன் காத்துக்கொண்டவர். ஏதோ ஒரு காலத்தில் வருகின்ற புயலுக்கே பலர் எத்தனையோ முன் எச்சரிக்கையாக இருக்கிறார்கள். ஒவ்வொரு நாளும் அடிக்கின்ற புயலாகிய மரணத்திலிருந்து தப்ப வேண்டுமானால் நாம் ஜாக்கிரதையாக இருக்க வேண் டாமா? ஒவ்வொரு நாளும் மரணப் புயல் அடிக்கின்றது என்பதற்குச் சாட்சி என்ன? மயானந்தான். அந்த அந்தச் சமய விதிப்படி புதைக்கிற இடமாக இருந்தாலும், எரிக்கிற இடமாக இருந்தாலும் எல்லோருக்கும் பொதுவான இடம் மயானம். வாழ்வதற்கு வேண்டுமானால் பல பல வீடுகளைக் கட்டிக்கொண்டு இருக்கலாம். இறந்தால் போகிற இடம்

மயானம் ஒன்றுதான். இறந்தால் நமது பிள்ளைகூட நம் உடம்பை வீட்டில் எரிக்க அநுமதிக்க மாட்டான். மயானத்தில் கட்டிடம் எதுவும் இல்லை.ஆனாலும் எல்லாச் சரீரங்களும் போக வேண்டிய இடம் அதுதான்.ஒவ்வொரு நாளும் மயானத்துக்குச் சடலங்கள் போய்க் கொண்டே இருக்கின்றன. அது நமக்கும் புயல் வரும் என்பதை நினைவூட்டிக் கொண்டிருக்கிறது. அஞ்சினாலும் அஞ்சாவிட்டாலும் புயல் வரும். அஞ்சுபவர்கள் புயல் வந்தால் தப்ப வழி தேடி வைத்துக் கொள்வர். 'அஞ்சாமல் இருப்பேன்' என்று சும்மா இருந்தால் புயல் வரும்போது துன்பம் மிகுதி. இடர் வந்த பிறகு துணை தேடுவதைக் காட்டிலும் இடர் வருமே என அஞ்சித் துணையோடு இருப்பது நல்லது. அந்தத் துணையை நாடுகிறார் அருணகிரியார்.

விளக்கும் ஆயுதமும்

நாம் எல்லோரும் கடைசியாகப் பிரயாணம் செய்ய வேண்டிய நெடுவழி ஒன்று இருக்கிறது. "துணையோடல் லது நெடுவழி போகேல்" என்றல்லவா சொல்லியிருக்கிறார்கள்? இருட்டாக இருக்கிற அந்த நெடுவழியில் நாம் பயமின்றிப் போக வேண்டுமென்றால் ஒளி வேண்டும். ஆண்டவனின் அருள் ஒளி இல்லாத இடங்கள் யாவும் இருள் நிறைந்த இடங்கள். "இருள் தருமா ஞாலம் " என்று சொல்வார்கள். இருட்டாக இருக்கிற இடத்தில் திருடர்கள் இருப்பார்கள்; விலங்குகள் இருக்கும். கையில் விளக்கு, ஆயுதம் எதுவும் இன்றி அத்தகைய இடங்களில் போனால் திருடர்கள் நம்மை அடித்துக் கொன்று நம்மிடம் இருப்பனவற்றைப் பறித்துப் போவார்கள். அவ்வழியே போயாக வேண்டுமென்றால் விளக்கை மாத்திரம் எடுத்துப் போனால் போதாது? விளக்கானது திருடர்களைக் காட்டும்.

திருடர்கள் நம்மை வந்து தாக்குகிறபோது அவர்களை எதிர்க்க நம் கையில் எதுவும் இல்லாததால் அவர்களிடையே நாம் சிக்கிக்கொண்டு அல்லலுற நேரும். விளக்கு இன்றி, ஆயுதம் மாத்திரம் கொண்டு போனாலும் திருடன் இருக்கிற இடம்

தெரியாது. ஆகையால் விளக்கும் வேண்டும்; ஆயுதமும் வேண்டும்.

முருகப்பெருமான் செழுஞ்சுடர் விளக்காகத் தெய்வத் திருமலைச் செங்கோட்டில் வாழ்கிறான். அவனிடம் கூர்மையான வேலாயுதமும் இருக்கிறது. நமக்குத் துணையாக அவன் நெடுவழிப் பயணத்தின் போது வந்தால் அவனே ஒளி காட்டுவான். திருடர்கள் வந்தால் தன் வேலா யுதத்தை வீசி நம்மைக் காப்பாற்றுவான். வந்த பின் காக்கும் மனமுடையவர்கள் இந்த இருட்டு நெடுவழியில் துணையின்றிப் போகக் கூடும். போனால் திருடன் வரும் போது துணைதேட முடியாமல் அவனுக்கு இரையாகி விடு வார்கள். திருடன் வந்தால் என்ன செய்வது என்று அஞ்சி முன்பே துணைதேடி வைத்துக்கொண்டு போகிறவர்களே பிழைக்க முடியும்.

தோன்றாத் துணை

வருமுன் காப்பவர் அருணகிரியார். ஆதலாலே அவர் துணை தேடுகிறார். புயல் வருவதற்கு முன்பே துணை பெற்று விட்டால் புயலினால் குடிசை அழியும்போது முருகன் ஆதரவு அளித்துக் காப்பாற்றுவான். நடுவீதியில் நாற்றமுற்றுக் கிடக்காமல் அவன் அரண்மனையில் ஆனந்தமாக இருக்கலாம்.

ஐவருக்கு இடம்பெறக் காலிரண்டு ஓட்டி, இரண்டு கை வைத்த வீட்டை நமது என்று எண்ணி வாழ்வதால் நாம் செய்ய வேண்டிய நெடும் பயணத்தைப் பற்றிக் கவலைப்படாமல் இருக்கிறோம். நெடும் பயணம் பண்ணத் தான் வேண்டும். இன்றைக்கு இல்லாவிட்டாலும் என்றைக்காவது ஒரு நாள் அப் பயணம் உண்டு.

தேக அநுபவம் முற்றியிருப்பதனாலே தெய்வத்தை மறந்து விடுகிறோம். சரீர அபிமானம் மற்ற எல்லாவற்றையும் மறைக்கிறது. நல்ல உணவைச் சாப்பிட்டு விட்டு, திண்டு தலையணையில் படுத்திருக்கும்போது பௌதிகமான உடம்பு

இயங்குவதற்குக் காரணமாக இருக்கும் உயிரை மறந்து விடுகிறோம். உடம்பைப் பற்றிய நினைவு உயிரை மறைக்கிறது. உடம்பை இயக்குவது உயிர் என உணர்ந்த வர்கள், உயிரை இயக்கித் தோன்றாத் துணையாக இருப்பது எது எனச் சிந்திக்க வேண்டாமா?

செத்துப் போனான் ஒருவன். அவனுடைய உறவினர்கள் எல்லாம் குய்யோ முறையோ எனக் கத்தி அலறி அடித்துக் கொண்டு அழுதார்கள். அவர்களைப் பார்த்து ஒருவர், "நீங்கள் ஏன் அழுகிறீர்கள்?" என்று கேட்டார். "உயிர் போய்விட்டது. அதனால் அழுகிறோம்" என்று அவர்கள் சொன்னார்கள். அவர், "உயிர் போனதைப் பார்த் தீர்களா? அல்லது வந்ததையாவது பார்த்தீர்களா? இரண்டையும் நீங்கள் பார்க்கவில்லையே! கண்ணாலே பார்க்காத பொருளுக்காக ஏன் அழுகிறீர்கள்? கண்ணால் பார்த்த உடம்புதான் இருக்கிறதே. இதைக் கொண்டு போய்ப் பத்திரமாக வைத்துக்கொண்டு இன்பமாக இருங்கள்" என்றாராம். கண்ணாலே காணாவிட்டாலும் உடம்பை இயக்குவது உயிர் என்று நமது பகுத்தறிவுக்குத் தெரியும். உடம்புக்குள் உயிர் இருப்பதனாலே உடம்பு ஆடுகின்றது என்றால், உயிர் இயங்குவதற்கு காரணமாய் இருப்பது எது என்று நுட்பமாகச் சிந்தித்து உணரவேண்டும். சின்ன உயிர் உடம்பை இயக்குகிறது என்றால், சின்ன உயிரை இயக்குவது பெரிய உயிராக இருக்க வேண்டும். சின்ன உயிர் ஆத்மா. பெரிய உயிர் பரமாத்மா. பரமாத்மாவே ஆண்டவன். அவன் நமக்கு வெளிப்படையாகத் தோன்றாவிட்டாலும் துணையாகவே இருக்கிறான். அதனால் அவனைத் தோன்றாத் துணை என்று சொல்வார்கள்.

நமக்குத் தோன்றாமல் இருக்கிற உயிர் உடம்பை இயக்குவது போல நமக்குத் தோன்றாமல் இருக்கும் ஆண்டவன் உயிரை இயங்க வைக்கிறான்.

இதனை உணர்ந்து கொண்டால் அவனை நாடத் தோன்றும். அந்த உணர்ச்சி நமக்கு இல்லை. உணர்ச்சி உள்ளவர்கள் முன் கூட்டியே அவன் துணையை நாடிப் பெறுவார்கள்.

முருகன் கருணை

ஒரு மாதத்திற்கு அரிசி வேண்டுமே என்று சம்பளம் வந்தவுடன் ஒரு மூட்டை அரிசி வாங்கிப் போட நமக்குத் தெரிகிறது. ஒரு வருஷத்திற்கு வேண்டுமே என்று ஒரு டஜன் சட்டை வேட்டி வாங்கி வைத்துக் கொள்ளத் தெரிகிறது. நமக்குப் பிறந்திருக்கும் பெண்ணுக்குக் கல்யாணம் பண்ண வேண்டுமே என்று, அவள் பிறந்த அன்றிலிருந்தே பணம் சேர்த்து வைத்துக் கொள்ளத் தெரிகிறது. இவை எல்லாம் பின்னால் வரும் காரியங்களை நினைந்து செய்கின்றவை அல்லவா? இப்படி எல்லா வகைகளிலும் வருமுன் காப்பவர்களாக நாம் இருந்தும், பிறந்து விட்ட நமக்கு மரணம் நிச்சயமாக வந்துவிடுமே என எண்ணி, மரணத்திலிருந்து காப்பாற்றிக் கொள்வதற்கு எந்த விதமான முயற்சியையும் செய்யாமலே இருக்கிறோம். அருணகிரியாரோ, "இந்த உடம்பு இருக்கும்போதே, முருகா, என்னை வந்து காத்தருளே" என்று பிரார்த்திக்கிறார்.

கருணை மிக்க இறைவனிடத்தில் அவருக்கு அளவற்ற நம்பிக்கை. "ஐயையோ! சுரம் அதிகமாக இருக்கிறதே! போய் டாக்டரை அழைத்து வாருங்கள்" என்று சொன்னால் நாம் போய் டாக்டரைக் கூப்பிடுகிறோம். டாக்டர், "நோயாளியை இங்கே எடுத்து வா" என்கிறார். அதுதான் தம் கௌரவத்துக்கு ஏற்றது என்று டாக்டர் எண்ணுகிறார். உலகத்தில் இறைவன் அப்படி மரியாதை பார்ப்பது இல்லை. யார் கூப்பிடுகிறார்களோ அவர்கள் இருக்கும் இடத்துக்குத் தானே ஓடிவந்து காத்து அருளுகின்ற தயாமூர்த்தி அவன். ஊர் கூட்டிக் கத்தி அழைக்க வேண்டாம். கை ஒடியத் தட்டி அழைக்க வேண்டாம். உள்ளம் உருக நெஞ்சிளகி, "ஆண்டவனே!" என்று அழைத்தால் போதும். மனத்தில் இருக்கின்ற மாயைத் திரையை நீக்கி, அஞ்ஞானத் திரையை நீக்கி, கூப்பிட்டால்

போதும். அவன் உள்ளே இருப்பவன் தானே? மெல்ல அழைத்தாலும் அவனுக்குக் கேட்கும். உள்ளே இருக்கும் அவனைக் கைதியைப் போல அடைத்துவிட்டுப் பூட்டி யிருப்பவர்கள் நாம். பூட்டை உடைத்து விட்டு, "ஆண்டவனே!" எனக் கூப்பிட்டால் அவன் உடனே உள்ளிருந்து ஓடி வருவான். எங்கோ இருக்கிறவன் வர வேண்டுமென்பது இல்லை. அருணகிரியார் உள்ளக் கதவைத் திறந்து பிரார்த்தனை செய்து கொள்கிறார்.

இந்த வேண்டுகோள்

எத்தனையோ இடங்களில் அவர் பல பல வேண்டு கோளைத் தெரிவித்திருக்கிறார்; "ஆண்டவனே, எனக்கு ஜபமாலை தா. வள்ளியம்மையோடு மயில் மேலே, நான் வேண்டும்போது நீ வரவேண்டும்" என்று கேட்டுக் கொண்டிருக்கிறார். கந்தர் அலங்காரத்தில் இந்தப் பரட்டில் தான், இந்த உடம்பு அழிவதற்கு முன்னாலே என்னை வந்து நீ காத்தருள வேண்டும்" என்ற வேண்டுகோளைப் போட்டார்.

ஒருவன் பி.ஏ.யில் தேர்ச்சி பெற்றவுடன் வேலைக் காகப் பல இடங்களுக்கு விண்ணப்பம் போட்டான்.

தினமும் காலையில் பத்திரிகையைப் பார்த்துத் தேவை விளம்பரங்களில் வரும் இடங்களுக்கெல்லாம் போட்டான். ஒன்றும் பலிக்கவில்லை. ஒரு நாள் திருத்தணி போயிருந்த போது தற்செயலாக அவன் கண்ணில் ஒரு விளம்பரம் பட்டது. ஒரு கடையில் உட்கார்ந்து அதைப் பார்த்தவன் உடனே அங்கிருந்தே ஒரு விண்ணப்பம் எழுதிப் போட்டு விட்டுச் சென்னைக்கு வந்தான். இங்கே வேலை கிடைத்து விட்டது. அப்போது அவனுக்கு எவ்வளவு மகிழ்ச்சியாக இருக்கும்! தன் ஆயுளில் அவன் எப்போது திருத்தணி போனாலும், "நான் இந்த இடத்தில் போட்ட விண்ணப்பக் தான் பலித்ததப்பா!" என்று நினைத்துப் பூரிக்க மாட்டானா?

அதைப்போல எத்தனையோ இடங்களில் எத்தனையோ வகையான விண்ணப்பங்களைப் போட்டவர் அருணகிரியார்.

தாம் உயிரோடு இருக்கும்போதே தம்மை வந்து ஆண்டு கொள்ள வேண்டுமென்று அவர் விண்ணப்பம் போட்ட இடம் திருச்செங்கோடு. அங்குள்ள முருகனைப் பார்த்து, "தெய்வத் தன்மை பொருந்திய மலைமேல் வாழும் சுடரே! கூர்மையான வேலைப் படைத்த தேவனே! ஐவர்க்கு இடம் பெற, கால் இரண்டு கை இரண்டு வைத்துக் கட்டிக் கொடுத்திருக்கிற இந்த உடம்பாகிய வீடு குலைவதற்கு முன்னே வந்து என்னைக் காத்தருளுவாய் அப்பா? அப்படிச் செய்தால் நான் உன்னை என்றும் மறவேன்" என்று கை தட்டிக் கொடுப்பது போலச் சொல்லி விண்ணப்பம் போட் டார். இந்த உடம்பு இருக்கும்போதே ஜீவன் முக்தன் ஆக வேண்டுமென்று அவருக்கு ஆசை. எல்லோரும் செத்துப் போகிற மாதிரி செத்துப் போகக் கூடாது; இவ்வுடம்பு மரணம் அடைந்து, நாற்றமெடுத்து அழியக் கூடாது என் பது அவர் அவா. விண்ணப்பம் போட்டார். அவர் எழுதிய விலாசம் என்ன? 'தெய்வத் திருமலைச் செங்கோட்டில் வாழும் செழுஞ் சுடரே! வைவைத்த வேற்படை வான வனே!" என நீண்ட விலாசம் எழுதிப் போட்டார்.

பலித்தது

அது பலித்துவிட்டது. மற்றவர்கள் மரணம் அடைவதைப் போல அல்லாமல், கிளியாக மாறி இறைவன் திருக்கரத்தில் உட்கார்ந்துவிட்டார். அவருடைய கருவி கரணங்கள் எல்லாம் மாறிவிட்டன.

கிளியாக மாறிய நிலையிலிருந்து கந்தர் அநுபூதி பாடினார். எல்லாவற்றையும் மறந்து, தாம் சென்று சுற்றிக் தலங்களை எல்லாம் மறந்து, பாடினார். இருந்தாலும், "எனக்கு இந்நிலை கிடைத்தால், தெய்வத்திருமலைச் செங்கோட்டில் வாழும் சுடரே, வைவைத்த வேற்படை வானவனே, உனை நான் மறவேன்" என்று எழுதிக் கொடுத்திருக்கிறார் அல்லவா? அந்தத் தலத்தை மறக்க லாமா? எல்லாத் தலங்களையும் மறந்துவிட்டபோதிலும்,

“நாகாசல வேலவ! நாலுகவித்
தியாகா! சுரலோக சிகாமணியே”

என்று கந்தர் அநுபூதியில் நாகாசல வேலவனை மாத்திரம் மறக்காமல் பாடினார்.

"கூகாஎன என்கிளை கூடிஅழப்
போகாவகை, மெய்ப்பொருள் பேசியவா!"

"எல்லோரும் கூகா எனக் கத்தி மார்பிலே அடித்துக் கொண்டு புரண்டு அழுது வருந்தும்படியாக மரணம் அடையாமல் என்னைக் காப்பாற்றினாயே!" என்றார். அதைத்தானே அவர் கேட்டார்?

இதுவும் அதுவும்

ஐவர்க் கிடம்பெறக் கால்இரண்டு
ஓட்டி அதில் இரண்டு
கைவைத்த வீடு குலையுமுன்
னே வந்து காத்தருளே.

என்று தானே திருமலைச் செங்கோட்டில் வாழும் வேலனிடம் விண்ணப்பம் போட்டுக் கொண்டார்? "மறவேன் உனை நான்" என்றும் சொன்னார் அல்லவா? அவ்விண்ணப்பம் முருகனிடம் போயிற்று. அலங்காரத்தில் மிக நீளமாக எழுதியிருந்த விலாசம் ஞாபகத்திற்கு வரும்படியாக அநுபூதியில் சுருக்கிச் சொல்லி நினைவூட்டுகிறார்;

“நாகாசல வேலவ!"

என்கிறார்.

நாகாசலம் என்பதுதான் திருச்செங்கோடு. இங்கே தெய்வத் திருமலைச் செங்கோடு என்றார். அங்கே நாகாசல என்று ஒரே சொல்லால் நினைப்பூட்டுகிறார். "வை வைத்த வேற்படை வானவனே" என்று இங்கே அழைத்தார். அங்கே "வேலவ" என்றார். இங்கே சொன்னவற்றைக் குறிப்பிக்க இந்த

அடையாளம் போதாதா? அவர் போட்ட விண்ணப்பம் பலிக்காவிட்டால் என்ன ஆயிருக்கும்? மற்றவர்களைப் போல அவரும் மரணம் அடைந்திருப்பார்.

அவரது கிளை கூகா எனக் கூடி அழுதிருக்கும். 'அப்படி யின்றி என் விருப்பத்திற்குச் செவி சாய்த்து, நான் கேட்டுக் கொண்டவாறு இவ் வீடு குலையும் முன்னே வந்து காத்தருளினாயே!' என்ற நன்றியறிதலோடு கந்தர் அநுபூதியில் பாடுகிறார்.

கூகாஎன என்கிளை கூடியழப்
போகாவகை மெய்ப்பொருள் பேசியவா!
நாகாசல வேலவ! நாலுகவித்
தியாகாசுர லோக சிகாமணியே!

ஆகவே அருணகிரிநாத சுவாமியின் வாழ்க்கையில் திருச்செங்கோடு ஒரு முக்கியமான தலம். அந்தத் தலம் அவருடைய விண்ணப்பத்தைப் பலிக்க வைத்த தலம். அவர் போட்ட விண்ணப்பந்தான் இந்தப் பாட்டு.

தெய்வத் திருமலைச் செங்கோட்டில்
வாழும் செழுஞ்சுடரே!
வைவைத்த வேற்படை வானவ
னே! மற வேன்உனை நான்;
ஐவர்க்கு இடம்பெறக் கால்இரண்டு
ஓட்டி அதில் இரண்டு
கைவைத்த வீடு குலையுமுன்
னேவந்து காத்தருளே.

(தெய்வத்தன்மை பொருந்திய அழகிய மலையாகிய திருச் செங்கோட்டில் எழுந்தருளியிருக்கும் செழுமை மிக்க சோதியே! கூர்மையை உடைய வேலாயுதத்தையுடைய தேவனே! உன்னை நான் மறக்க மாட்டேன். ஐந்து பொறி களுக்கு இடம் கிடைக்கும்படியாக இரண்டு காலை நிறுவி அதில் இரண்டு கைகளைப் பொருத்திய உடம்பாகிய வீடு

மரணம் அடைந்து குலைவதற்கு முன்பாகவே வந்து அடியேனைக் காத்தருள்வாயாக!

வை- கூர்மை. ஐவர்-ஐம்பொறிகள். வீடு என்றது இங்கே உடம்பை.]

வெளியான இரகசியம்

1

நயமான சரக்கு

ஓர் ஊரில் ஒரு செட்டியார் கடை வைத்திருந்தார். அவரிடம் நயமான சரக்குகள் கிடைக்கும் என்பது ஊர் அறிந்த செய்தி. அந்த ஊருக்குப் புதிதாக ஒருவர் வந்தார். அவர் எப்போதுமே நயமான பண்டங்களையே வாங்குபவர். பணம் எவ்வளவு செலவழிந்தாலும் சரி, நல்ல சரக்குகளையே வாங்கவேண்டும் என்ற கொள்கையை உடையவர். அந்தச் செட்டியாரிடம் மிகவும் நல்ல சரக்குகள் இருக்கின்றன என்றும், பணச் செலவைப் பாராதவர்களுக்கு அவரிடம் உயர்ந்த பண்டங்கள் கிடைக்கும் என்றும் ஊர்க் காரர்கள் சொல்லிக் கொண்டார்கள்.

புதிய மனிதருக்குக் காபியில் விருப்பம் அதிகம். அவருக்கு என்ன ? எல்லோருக்குமே அந்த அமுத பானத்தில் விருப்பம் இருக்கத்தான் இருக்கிறது. அவர் மிகவும் உயர்ந்த ரகமான உருண்டைக் கொட்டையை வாங்கி உபயோகிப்பார். புதிய ஊரில் உயர்ந்த காபிக் கொட்டை கிடைக்குமோ, கிடைக்காதோ என்ற சந்தேகம் அவருக்கு இருந்தது. ஊர்க்காரர்கள் செட்டியாரைப் பற்றிச் சொன்னதைக் கேட்டபோது அவருக்குத் திருப்தி ஏற்பட்டது. 'இங்கே நல்ல காபி சாப்பிடலாம்' என்ற எண்ணம் உண்டாயிற்று.

செட்டியாரைக் கண்டு அவர் விசாரித்தார். செட்டியார், 'நம்மிடம் எல்லாமே உயர்ந்த சரக்குத்தான். மட்டமான சரக்கே இந்தக் கடைக்குள் வராது. பணம் வாங்கிக் கொண்டுதானே வியாபாரம் செய்கிறோம்? சும்மாவா கொடுக்கிறோம்? நல்ல சரக்குக்குத் தக்கபடி பணம் கேட்டால், வேண்டியவர்கள் கொடுத்துவிட்டு வாங்கிக்கொள்கிறார்கள்" என்று சொன்னார்.

காபி பக்தர் அவரிடம் மறுபடியும் கேட்டார்; மெல்லக் கேட்டார்; "உங்களிடம் இருக்கும் சரக்கு எல்லாம் நயமானவை என்பதை ஒப்புக் கொள்கிறேன். மற்ற இடங்களில் கிடைப்பவற்றைவிட உயர்ந்தவையே இங்கே உள்ளன என்று நீங்கள் சொல்கிறீர்கள். அது சரிதான். ஆனால் உயர்ந்த ரகத்திலும் மேல் கீழ் என்று தரம் இருக்கிறதல்லவா? பணம் அதிகமாகக் கொடுத்தால் இருப்பவற்றுள் அருமையான சாமானைக் கொடுக்கலாமே. அப்படி அருமையாக யாராவது வாங்கினால் கொடுக்கும் சரக்கு உங்களிடம் உண்டா? மற்றவற்றைப் பற்றி இப்போது கவலை இல்லை. உங்களிடம் இருக்கும் காபிக் கொட்டையில் மிகவும் உயர்ந்த ரகத்தை எனக்குக் கொடுங்கள். என்ன விலையானாலும் கொடுக்கிறேன்' என்று சொன்னார்.

செட்டியார், "அப்படியே செய்கிறேன். என்னிடம் உள்ளவற்றில் சிறந்ததையே தருகிறேன். ஆனால் இதை வெளியில் சொல்லவேண்டாம். நமக்குள் இரகசியமாகவே இருக்கட்டும். உங்களைப்போல் பணத்தைப் பற்றிக் கவலைப் படாதவர்கள் யார் இருக்கிறார்கள்?" என்று சொல்லி நயமான காபிக் கொட்டையை அவருக்குக் கொடுத்தார்.

அதை வாங்கிக் கொண்டு சென்ற காபி பக்தர் அதை உபயோகப்படுத்திப் பார்த்தார். உண்மையாகவே அது சிறந்ததாக இருந்தது. 'இந்தச் செட்டியார் நமக்கு மாத்திரம் உயர்ந்த ரகக் கொட்டையைக் கொடுத்திருக்கிறார்' என்று எண்ணி மகிழ்ச்சி அடைந்தார்.

குட்டு வெளிப்பட்டது

சில காலம் சென்றது. அவருக்கு ஊரில் உள்ளவர்கள் நன்றாகப் பழக்கமாகி விட்டார்கள். பல நண்பர்கள் ஏற்பட்டார்கள். ஓய்ந்த வேளைகளில் அவர்கள் வீட்டுக்குப் போவதும் உரையாடுவதும் சிற்றுண்டி அருந்துவதுமாக அவர்களுக்கும் அவருக்கும் பழக்கம் முதிர்ந்து வந்தது. ஒரு நாள் ஒரு நண்பர் அவரைச் சிற்றுண்டிக்கு அழைத் திருந்தார். விருந்தின்போது

காபி கொடுத்தார். அது மிகவும் நன்றாக இருந்தது. காபியின் தரத்தை அறிவதில் அவர் வல்லவர் அல்லவா? 'இதென்ன! நமக்குத்தான் நல்ல காபிக் கொட்டை கிடைக்கிறதென்று நினைத்தோம். செட்டியார் நமக்கு மட்டும் இரகசியமாக அந்தக் கொட்டையைத் தருகிறார். இவருக்கு எங்கே இது கிடைத்திருக்கும்?' என்று யோசனை பண்ணினார். அன்பரையே கேட்டுவிடலாம் என்றெண்ணி, "காபி மிகவும் நன்றாக இருக்கிறது. நீங்கள் வெளியூரிலிருந்து இந்தக் கொட்டையை வாங்கி வந்தீர்களா?" என்று கேட்டார்.

நண்பர் சொன்ன பதில் அவரைத் தூக்கி வாரிப் போட்டது. "வெளியூருக்கு ஏன் போக வேண்டும்? நம்முடைய செட்டியாரே நல்ல சரக்காகக் கொடுக்கிறாரே! அவர் கடையில் வாங்கினதுதான் இது" என்று நண்பர் கூறினார். பாவம்! அந்த மனிதர் ஏமாந்து போனார். தமக்கு மாத்திரம் அந்த அற்புதமான கொட்டை கிடைக்கிற தென்றும், அதற்கு ஏற்ற விலையைத் தாம் ஒருவரே தரும் சக்தி உடையவரென்றும், மற்றவர்கள் அதை வாங்க முடியாதென்றும் அவர் எண்ணிக் கொண்டிருந்தார்.

உடனே அவர் செட்டியாரிடம் ஓடி வந்தார். "செட்டியாரே, உம்முடைய குட்டு வெளிப்பட்டு விட்டது!" என்றார்.

“ஏன்? என்ன சமாசாரம்?" என்று செட்டியார் கேட்டார்.

"எனக்கு மாத்திரம் கொடுக்கிறீர் என்று நினைத்திருந்த காபிக்கொட்டை இந்த ஊர் முழுவதும் இருக்கிறதே! எனக்குக் கொடுத்த சரக்கையே எல்லோருக்கும் கொடுத் திருக்கிறீரே!" என்றார் காபி பக்தர்.

"நான் நீங்கள் வருவீர்கள் என்று எதிர்பார்த்து உயர்ந்த சரக்கை வாங்கிக் காத்திருக்கமுடியுமா? உங்களைப் போலச் சில பேர் உத்தமமான சரக்குகளை வாங்குபவர்கள் இருப்பதனால்தான் நான் வாங்கி வைக்கிறேன். நீங்களும் அவர்களைப் போன்றவர்கள் என்று தெரிந்து அதை உங்களுக்குக் கொடுத்தேன். உங்களுக்குக் கொடுத்ததைக் காட்டிலும்

உயர்ந்ததை எங்காவது நீங்கள் கண்டிருந்தால் என்னைக் குறை கூறலாம். அப்படி இருக்க நியாயம் இல்லையே!"

காபி பக்தர் என்ன சொல்வார்?

அவர் செட்டியாரிடம் வந்து, "உம்முடைய குட்டு வெளிப்பட்டு விட்டது" என்று சொன்னாரே, அது போலவே அருணகிரிநாதர் சொல்கிறார். அவரிடம் வியாபாரம் செய்த செட்டியார் முருகப் பெருமான்.

செட்டியார்

முருகனுக்குச் செட்டி என்பதும் ஒரு பெயர். செட்டி யென்ற சொல் செட்டு என்பதிலிருந்து பிறந்தது என்று சொல்வார்கள். சிரேஷ்டி. என்ற வட சொல்லே செட்டி ஆயிற்றென்றும் கூறுபவர்கள் இருக்கிறார்கள். பிறர் பொருளையும் தம் பொருளைப்போல் பேணி, குறையப் பண்டத்தைக் கொடுக்காமல், கூட விலை சொல்லி வாங்காமல் வாணிகம் செய்கிறவர்கள் வணிகர்கள் என்று சங்க நூல்கள் சொல்கின்றன. அத்தகைய `வணிகர்கள் சமுதாயத்துக்கு உபகாரம் செய்யும் உத்தமமான தொண்டர்கள்; சிறந்தவர்கள். அவர்களைச் சிரேஷ்டிகள் என்று சொல்வது மிகவும் பொருத்தமானது.

முருகனும் சிரேஷ்டமானவன். 'தேவ தேவ தேவாதி தேவப் பெருமாளே!' என்று அவனுடைய சிரேஷ்டத்தை அடுக்குகிறார் அருணகிரிநாதர்.

"செட்டியப்பனை"

என்று சிவபெருமானைச் சுந்தரமூர்த்தி நாயனார் பாடுகையில் முருகனைச் செட்டியென்று குறிக்கிறார். திருப்புகழில்,

"செட்டி எனுமொர்திரு நாமக்கார"

என்று வருகிறது.

முருகனைச் செட்டி என்று வழங்கும் வழக்கை வைத்துக் கொண்டு ஒரு புலவர் வேடிக்கையாக ஒரு பாட்டுப் பாடுகிறார். முருகப்ப செட்டியாரிடம் வியாபாரம் செய்கிற வராக நின்று அவர், "இன்ன சரக்கு வேண்டாம்; இது வேண்டும்" என்று கேட்கிறார். செட்டியார் திருவேரக மாகிய சுவாமி மலையில் கடை வைத்திருக்கிறவர். அது ஆறுபடை வீடுகளில் ஒன்று அல்லவா? "ஏரகத்துச் செட்டியாரே!" என்று அழைத்துத் தம் விருப்பத்தை வெளியிடுகிறார் புலவர்.

ஏரகத்துச் செட்டியார்

"செட்டியாரே, வெங்காயக் குழம்பு வைக்கலாம் என்று வெங்காயமும் வெந்தயமும் வாங்கிக்கொண்டு போனேன். கவனம் இல்லாமையால் வெங்காயம் இருப்பதையே மறந்துவிட்டேன். அது இப்போது ஒட்டி உலர்ந்து சுக்காகப் போய்விட்டது. எதற்கும் பயன் இல்லாமல் போயிற்று. வெறும் வெந்தயத்தை வைத்துக் கொண்டு நான் என்ன செய்யப் போகிறேன்! காய்ந்துபோன வெங்காயத்தை வீணே சுமந்து கொண்டிருப்பதில்தான் என்ன பயன்? குழம்புக்குப் போடப் பெருங்காயங்கூட வாங்க வேண்டுமென்று எண்ணினேன். இப்போது அந்த எண்ணமெல்லாம் போய்விட்டது. வெங்காயம், வெந்தயம், பெருங்காயம் ஒன்றுமே வேண்டாம். வெங்காயம் விரதத்துக்கு ஆகாது. வெறும் சீரக ரசம் பண்ணிச் சாப்பிடலாம் என்று தோன்றிவிட்டது. ஆகையால் சீரகம் தாரும்; மற்றது ஒன்றும் வேண்டாம்" என்று ஏரகத்து முருகப்ப செட்டியாரிடம் சொல்கிறார்.

***"வெங்காயம் சுக்கானால் வெந்தயத்தால் ஆவதென்ன?
இங்கார் சுமந்திருப்பார் இச்சரக்கை?-மங்காத
சீரகத்தைத் தந்தீரேல் வேண்டேன் பெருங்காயம்
ஏரகத்துச் செட்டியா ரே!"***

பாட்டு, செட்டியார் என்பதற்குப் பொருத்தமாக இருக்கிறது அல்லவா? இந்தப் பாட்டை மேலெழுந்தவாரி யாகப்

பார்த்தால் வெங்காயக் குழம்பு வேண்டாத சாது ஒருவன் சீரக ரசத்தை விரும்பிச் சீரகம் கேட்பது போலத் தோன்றுகிறது. அது வெறும் தொனிப் பொருள். உண்மைப் பொருள் வேறு உண்டு. முருகனிடம் வெங்காயத்தையும் சுக்கையும் பற்றியா சொல்லிக் கொண் டிருப்பார்? செட்டி என்ற பெயருக்கு ஏற்றபடி அந்தப் பெயர்களின் ஒலி காதில் விழும்படியாகப் பாட்டை அமைத் திருக்கிறார். பொருள், முருகனிடம் எதைக் கேட்க வேண்டுமோ அதைக் கேட்பதாக அமைந்திருக்கிறது.

உடம்புக்குக் காயம் என்று பெயர். இது பல நோய்களுக்கு இடமாக இருப்பது; வெப்பம் உள்ளது. ஆகையால் இதுவே வெங்காயம். பல பல உறுப்புக்களை உடைய பெரிய யந்திரம் இது. இதுவே பெருங்காய மாகவும் (பெரிய உடம்பாகவும்) இருக்கிறது. வெறும் காயத்துக்கு மதிப்பு இல்லை. இதனூடே உயிரோட்டம் இருந்தால் தான் மதிப்பு. உயிரில்லாமல் இது உலர்ந்து போனால் இதை யாரும் தொட மாட்டார்கள். வெந்த அயமாகிய அயபஸ்பத்தை வாயிலே புகுத்தினாலும் பிணம் உயிர் பெற்று எழாது. பயன் இல்லாத சரக்காகிய இந்த உடம்பைச் சுமந்து திரிவதை ஞானிகள் விரும்ப மாட்டார்கள். உயிர் பழவினையின் பயனை அநுபவிக்க வந்து தங்கும் குடிசை இது. நிரந்தரமாக உள்ள சிறந்த மோட்சமே உயிர் இன்பம் பெறும் இல்லம் ; சிறந்த வீடு; சீர் அகம். அந்தச் சீரகத்தை இறைவன் அருளினால் மறு படியும் இந்தப் பெரிய காயத்தினுள் உயிர் வந்து புக வேண்டிய அவசியம் இல்லை.

இந்த அழகிய கருத்தை அந்தப் பாட்டுச் சொல்கிறது. 'ஏரகத்துச் செட்டியாரே, வெம்மையான இந்த உடல் உயிர் நீங்கிச் சுக்குப்போல ஆகிவிட்டால் அயபஸ்பத்தால் என்ன பயன் உண்டாகும்? இந்தப் பயனற்ற பண்டத்தை இங்கே யார் சுமந்து கொண்டு தொல்லைப் படுவார்கள்? எப்போதும் அழியாத சிறந்த மோட்சத்தைத் தருவீரானால் இந்தப் பெரிய உடம்பை நான் விரும்ப மாட்டேன் என்று அதற்குப் பொருள் செய்யவேண்டும்.

"வெங்காயம் சுக்கானால் வெந்தயத்தால் ஆவதென்ன?

இங்கார் சுமந்திருப்பார் இச்சரக்கை?-மங்காத
சீரகத்தைத் தந்தீரேல் வேண்டேன் பெருங்காயம்;
ஏரகத்துச் செட்டியா ரே!"

இந்தச் செட்டியாரிடம் அருணகிரிநாதர், "உம்முடைய இரகசியம் அம்பலமாகிவிட்டது" என்று சொல்கிறார். "கொட்டு மேளத்துடன் ஊர் அறிய வெளிப்பட்டு விட்டது" என்று கூறுகிறார். "எனக்கு மாத்திரம் நயமான காபிக் கொட்டையைக் கொடுத்தீர் என்றல்லவா நினைத்தேன்? ஊரார் எல்லோருக்கும் கொடுத்துவிட்டீரே! உம்முடைய இரகசியம் வெளிப்பட்டுவிட்டதே!" என்று சொன்ன காபி பக்த்ரைப் போல இந்தப் பக்தர் சொல் கிறார். இனி அதைக் கவனிக்கலாம்.

2

முருகன் சொன்ன இரகசியம்

முருகன் அருணகிரிநாதருக்கு ஓர் உபதேசம் செய்தான். அதை மிகவும் இரகசியமாகச் சொன்னான். அவர் பக்தித்திறத்தையும் பட்ட வேதனையையும் கண்டு, இனி அந்தத் துன்பத்தை அடையாத வகையை அருள வேண்டுமென்ற விருப்பத்தால் அந்த இரகசியத்தை அவர் காதில் மட்டும் கேட்கும்படி சொன்னார் அதை,

கின்னம் குறித்து அடியேன் செவி
நீ அன்று கேட்கச் சொன்ன
குன்னம்

என்று குறிக்கிறார். கின்னம் என்பது துன்பம். 'நான் படுகின்ற துன்பத்தை உலகில் பலர் பார்த்துக் கொண்டிருந் தார்கள். ஆனால் என்னிடம் இரக்கம் கொண்டு அதை நீக்கும் வழியை யாரும் காட்டவில்லை. நீ என் துன்பத்தைக் கண்டாய். உன் திருவுள்ளக் குறிப்பில் அதனைப் போக்க வேண்டும் என்ற நினைவு உண்டாயிற்று. ஆகையால் வந்து அடியேனுக்கு உபதேசம் செய்தாய். என் துன்பமும் கவலையும்

போகும்படியாக உபதேசம் செய்தாய். என் செவி மாத்திரம் கேட்கும்படியாக அன்று ஒரு நாள் அந்த இரகசியத்தைச் சொன்னாய்' என்று அருணகிரியார் சொல்கிறார்.

அருணகிரியார் பல சமயங்களில் முருகனுடைய உபதேசத்தைப் பெற்றிருக்கிறார். "நீ திருப்புகழ் பாடு" என்று முருகனே அவருக்குக் கட்டளையிட்டான்;

"திருப்புகழ் விருப்பமொடு செப்பென
எனக்கருள்கை மறவேனே"

என்று பாடுகிறார். மந்திரம் உபதேசித்தானாம்;

"உபதேச மந்திரப் பொருளாலே
உனைநான் நினைந்தருட் பெறுவேனோ?"

என்று ஓரிடத்தில் சொல்கிறார். இப்படியே முருகன் குருநாதனாக எழுந்தருளி உபதேசித்ததைப் புலப்படுத்தி யிருக்கிறார். இந்தப் பாட்டிலும் முருகன் திருவாய் மலர்ந் தருளிய ஒன்றைப் பற்றிச் சொல்கிறார். முதலில், "என் காது மாத்திரம் கேட்கும்படியாக, என் துன்பத்தைக் களைவதற்காக, அன்று சொன்ன இரகசியம்" என்று சொல்லிவிட்டு, "அது மலைவாணர் ஊரில் வெளியாகி விட்டது" என்கிறார். குறிச்சி என்பது மலைப்பிரதேச மாகிய குறிஞ்சி நிலத்து ஊருக்குப் பெயர். அந்தக் குறிச்சி இந்தக் குன்னத்தை (இரகசியத்தை) வெளிப்படுத்தி விட்டதாம்.

குன்னம் குறிச்சி வெளியாக்கி விட்டது.

உபதேசம்

இந்த நாட்டில் குருமுகமாக உபதேசம் பெறுவதை மிகச் சிறப்பாக வைத்திருக்கிறார்கள். குரு மாணாக்கன் செவியில் கேட்கும்படியாக இரகசியத்தைச் சொல்கிறார். சொல்பவனும் கேட்பவனும் மாத்திரம் உணரும் வகையில் சொல்வதனால் மந்திரோபதேசத்தை இரகசியம் என்று சொல்கிறார்கள்.

இரகசியமானாலும் அது பலரும் அறிந்த இரகசியந்தான். உலகறிந்த இரகசியம் என்று சொல்வதை நாம் கேட்கிறோம். அது ஏதோ முரண்பாடு உள்ளது போலத் தோன்றுகிறது. பலரும் அறிவது இரகசியத்துக்கு விரோதம் என்று நாம் எண்ணிக் கொண்டிருக்கிறோம். உண்மை அது அன்று. பலர் அறிவதனால் இரகசியத்தின் தன்மை மாறாது. எப்படி அறிகிறார்கள் என்பதில்தான் அந்தத் தன்மை நிற்கிறது. ஒரு சமயத்தில் ஒருவன் மட்டும் கேட்க உணர்த்துவதனால் அது இரகசியமாகிறது. ஆயிரம் பேருக்குக் கேட்கும்படியாக மேடையின்மேல் நின்று ஒன்றைச் சொன்னால் அது இரகசியம் ஆகாது. ஆனால் அந்த ஆயிரம் பேரில் ஒவ்வொருவரையும் தனித்தனியே அழைத்துப் பிறர் அறியாதவண்ணம் சொன்னால் அது இரகசியம் ஆகிறது; ஆயிரம் பேர் அறிந்த இரகசிய மாகிறது.

இரகசியமாகக் குருநாதன் உபதேசம் செய்வது எதற்காக என்று கேட்கலாம். உபதேசம் செய்யும் மந்திரத்துக்கு ஓரளவு பெருமை இருக்கிறது. ஆனால் அதனால் உண்டாகும் பயன் உபதேசம் செய்யும் குருவை யும் உபதேசம் பெறும் மாணாக்கனின் பக்குவத்தையும் பொறுத்திருக்கிறது. சிறந்த குரு மாணாக்கனுடைய பக்குவத்தை நன்கு அறிந்தே உபதேசம் செய்வார். அந்த உபதேசத்தைப் பெறவேண்டும் என்று ஏங்கிக் கிடக்கும் சீடனுக்கே அந்த உபதேசம் கிடைக்கும்.

மாணிக்கவாசகர், இறைவன் தம் பக்குவத்தைப் பாராமல் உபதேசம் செய்தான் என்பதை ஓர் உவமை மூலமாகச் சொல்கிறார். சின்னஞ்சிறு குழந்தையின் கையில் விளையாட்டுச் செப்புகளைக் கொடுக்கிறோம். மரத்தாலோ, வெண்கலத்தாலோ, இரும்பினாலோ ஆன செப்புக்களைக் கொடுப்பது வழக்கம். ஒரு செல்வர் தம் குழந்தைக்குப் பொற் கிண்ணம் ஒன்றையே விளையாடக் கொடுத்து விட்டார். அந்தக் குழந்தைக்கு அதன் பெருமை தெரியுமா? அதையும் பழுக்காய்ச் செப்புடனே வைத்து விளையாடும்; வீசி எறியும்; நசுக்கும்; யாரேனும் திருடிப் போனால் பறி கொடுத்துவிட்டு

நிற்கும். "நீ குழந்தையின் கையில் உள்ள பொற் கிண்ணம் போல எனக்குத் தோற்றுகிறாய். உன்னை அரியவன் என்று நான் நினைக்கவில்லை" என்று பாடுகிறார் மணிவாசகர்.

"மழக் கையிலங்குபொற் கிண்ண மென்றலால் அரியை என்றுனைக் கருதுகின்றிலேன்."

பக்குவத்தை அறிந்து அதற்கு ஏற்ற வகையில் ஏற்ற உயதேசத்தைச் செய்வது குருநாதர்களின் வழக்கம். அந்த உபதேசம் அந்தச் சமயத்தில் அந்த மாணாக்கனுக்கே உரிய சிறப்பான உபதேசம். அவன் ஒருவன் மாத்திரம் கேட்கும்படி செய்வதாதலின் அது இரகசியம்.

அருணகிரியார் பெற்ற பேறு

அருணகிரிநாதர் தம்முடைய துன்பங்களையெல்லாம் எடுத்துக் கூறி முருகனிடம் முறையிட்டார். அந்தக் கின்னங்களை முருகன் கேட்டான். அவற்றை எண்ணி இரகசியமாக உபதேசம் செய்தான். அதை உணர்ந்த போது அருணகிரியாருக்கு, "ஆகா! இது என்ன அற்புதமான உபதேசம்! உய்ய முடியுமா என்று ஏங்கி நின்ற எனக்கு ஏற்ற உபதேசம் முருகன் என்னிடத்தில் தனியான அன்பு கொண்டல்லவா இந்த இரகசியத்தை எனக்குச் சொன்னான்? அவன் கருணையை என்னவென்று சொல்வது! இப்படி யார் அவனிடம் உபதேசம் பெற்றிருக்க முடியும்? நான் பெற்ற பேறு பெரும் பேறு ; யாருக்கும் கிடைக்காத பேறு' என்று ஆனந்தக் கூத்தாடினார்.

இரகசியம் வெளிப்பட்டது

முருகனுடைய இயல்புகளையும், திருவிளையாடல்களையும் அவர் ஆராய்ந்து உணரத் தலைப்பட்டார். அவன் வள்ளி நாயகியை மணந்துகொண்ட கருணைத் திருவிளையாடலைப் பற்றித் தெரிந்து கொண்டார். அதன் கருத்தை எண்ண எண்ண அவருக்கு உணர்ச்சி விஞ்சியது. முருகப் பெருமானுடைய பெருங் கருணைத் திறத்தைக் காட்டும் திருவிளையாடல் அது

என்பதை அவர் உணர்ந்தார். தமக்கு முருகன் எந்த நல்லுபதேசத்தை இரகசியமாக அருளினானோ, எத்தகைய இன்ப அநு பவத்தை அவன் பெறச் செய்தானோ, அதே கருணைச் செயலை உலகமெல்லாம் உணரும்படி காட்டியதே வள்ளி திருமணம் என்பதைத் தெளிந்தார். வள்ளியின் நிலை, அவள் இயல்பு, அவளுக்கும் முருகனுக்கும் உள்ள பழைய உரிமை, வேடரிடையே அப்பெருமாட்டி குறத்தியைப்போல வாழ்ந்த வகை, தான் வளர்ந்த குலத்துக்கு உரிய மரபுப்படி அவள் முருகனிடம் அன்பு பூண்டது, மற்றக் குறப்பெண் களைப்போல கிளி ஓட்டித் தினை காவல் புரிந்தது ஆகிய முன் கதைகளையெல்லாம் எண்ணி எண்ணிப் பார்த்தார். யோகமோ, ஞான விசாரமோ, நல்லவர் இணக்கமோ இல்லாத அப்பெருமாட்டியை அவள் இருந்த இடத்திற்கே உருமாறி வேடம் பூண்டு வந்து அவளிடம் காதல் பூண்டவன் போல அலமந்து ஏங்கி இரந்து, கோலம் மாறிக் காட்டி இறுதியில் ஆனையைக் காட்டி, அப் பெருமாட்டி உயிருக்கு அஞ்சித் தன்னைச் சரணடையச் செய்து, ஆட்கொண்ட பெருங் கருணையை ஆழ்ந்து சிந்தித்தார். முருகன் தமக்கு உபதேசம் செய்து அருளநுபவம் துய்க்கும் படி அருளிய செயலுக்கும் அந்த வரலாற்றுக்கும் ஒப்புமை இருப்பதைக் கண்டார். வள்ளிநாயகியை முருகன் ஆட்கொண்ட வரலாறு முருகனுடைய கருணைச் சிறபபைக் காட்டுவது. அந்தக் கருணையினால்தான் அவன் தம்மையும் ஆண்டு கொண்டான் என்பதை ஒப்பு நோக்கி உணர்ந்தார். 'நமக்கு யாரும் அறியாத இரகசியமாக உபதேசித்தது, அநுபவம் பெற அருளியது இது என்று எண்ணி யிருந்தோமே! அந்தக் காலத்தில் மலைவாணர் அறிய நடைபெற்ற வள்ளி திருமணத்திலேயே இந்தக் கருணை வெளியாகிக் கிடக்கிறதே!' என்று வியந்தார். அதை வித்தகமாகச் சொல்லப் புகுந்தார்.

கின்னம் குறித்து அடியேன் செவி
நீ அன்று கேட்கச் சொன்ன குன்னம்,
குறிச்சி வெளியாக்கி
விட்டது.

தமக்கு இறைவன் அருள் கிட்டிய நாளை அன்று என்று சுட்டுகிறார். அதை அவர் நெஞ்சு மாத்திரம் அறியும்; நெஞ்சறி சுட்டு இது. அந்த இரகசியத்தை மலை நாட்டு ஊர் வெளியாக்கி விட்டதாம். எப்படி வெளியாக்கியது? எதை வெளியாக்கியது?

இவற்றிற்கு நேர்முகமான விடைகளைப் பாட்டில் காணமுடியாது. ஆனாலும் குறிப்பாகப் பெற வைத்திருக்கிறார்.

குறிப்பு

ஒரு வேடிக்கையான விடுகதை உண்டு.

"காயும் கோணற்காய் கொள்ளடா மைத்துனா
கதையும் விடுவித்தேன் சொல்லடா மைத்துனா"

என்பது அது. இந்த விடுகதையிலேயே விடையும் இருக்கிறது. கொள் அடா என்பது இதை ஏற்றுக் கொள் என்ற பொருளை முதலில் தந்து, பின்பு கொள் என்னும் தானியம் என்ற பொருளையும் தந்து விடையைப் புலப்படுத்துகிறது. அதுபோல, "உன் இரகசியத்தை இன்ன வகையில் வெளிப்படுத்தி விட்டது" என்று சொல்லாமல், முருகனைத் துதிக்கும் வார்த்தைகளிலே அந்தச் செய்தி புலப்படும்படி இணைத்திருக்கிறார்.

கோடுகுழல்
சின்னம் குறிக்கக் குறிஞ்சிக்
கிழவர் சிறுமிதனை
முன்னம் குறிச்சியில் சென்று கல்
யாணம் முயன்றவனே.

'கொம்பும் குழலும் வேறு சின்னங்களும் முழங்கக் குறிஞ்சி நிலத்தவர்களாகிய குறவர்களின் சிறு பெண்ணை முன்பு அவர்கள் ஊருக்கு வலியச் சென்று திருமணம் செய்து கொண்டவனே!' என்று முருகனை விளித்துத் துதிக்கிறார்.

இந்த விளியே அந்த இரகசியம் வெளிப் பட்டதைப் பொதிந்து வைத்திருக்கிறது.

இராமாநுஜர் கோபுரத்தின்மேல் ஏறித் திருமந்திரத்தை யாரும் அறியச் சொன்னாராம். முருகனோ மலைமேல் ஏறி யாரும் அறிய வெளியிட்டானாம்; மலைமேல் உள்ள ஊர் வெளியிடும்படி செய்துவிட்டதாம்.

வள்ளியம்மையைத் திருமணம் செய்துகொண்ட செயலிலே முருகனுடைய பெருங்கருணை வெளியாகிறது. ஐந்து முகமுடைய சிவபிரான் ஆறு முகமுடைய முருகனாக எழுந்தருளியதற்குக் காரணம் எதுவோ அது அந்த மணத்தில் வெளியாகியது. அப்படி வெளியான இரகசியம் என்னவென்பதைக் கூர்ந்து பார்க்கலாம்.

அதுவும் இதுவும்

முருகன் தேவர்களுக்கெல்லாம் பெரிய தலைவன்; அவர்களுடைய வாழ்வுக்கு ஆதார பூதமானவன். அவனுக்குக் கந்தர்வலோகத்தில் திருமணம் நடக்க வேண்டும். தேவர்கள் அனைவரும் தங்கள் முழு ஆற்றலையும் காட்டி, மண்டபம், பந்தல் முதலிய அமைப்புக்களை நிறுவி அலங்காரம் செய்ய, தேவர்களும் ஞானியரும் குழுமிய அலங்காரப் பெரு மண்டபத்திலே திருமணம் நிகழவேண்டும். தேவயானைக்கு அப்படித்தான் நடந்தது. ஆனால் வள்ளி யம்மை திருமணம் மலை நிலத்துச் சிற்றூராகிய குறிச்சியிலே நடந்தது. குறவரும் குறத்திமாருமே திரு மணத்திற்கு வந்தார்கள். மணமகளோ குறிஞ்சிக் கிழவர் சிறுமி.

தேவலோகத்தில் கல்யாணம் நடந்தால் ஒரு பால் மறை முழங்கும்; ஒரு பால் தேவதுந்துபி இயம்பும்; ஒருசார் தும்புரு நாரதர் வீணை வாசிப்பார்கள்; ஒரு பால் நந்தியும் திருமாலும் முழவு இசைப்பார்கள்; அரம்பைமார்கள் ஆடுவார்கள்; கின்னரர் கீதம் பாடுவார்கள். கந்தருவரும் வித்தியாதரரும் இன்னிசை எழுப்புவார்கள்; இவற்றில் ஒன்றையும் விரும்பாமல் முருகன் ஓடி வந்தான். இங்கே என்ன

வாத்தியங்கள் முழங்கின? குறவர்கள் ஊது கொம்பை ஊதினார்கள்; மூங்கிலைத் துளைத்த குழலை ஊதினார்கள்; இன்னும் என்ன என்னவோ சின்னங்களை ஊதினார்கள். தேவலோகத் திருமணக் காட்சி எங்கே! இந்த மலைக்காட்டுக் கல்யாணம் எங்கே!

"வள்ளி கல்யாணத்தில் என்ன என்ன கச்சேரி?" என்று தேவலோகவாசிகள் கேட்கிறார்களென்று வைத்துக் கொள்வோம். என்ன சொல்லும்படி இருக்கும்? "நூறு தம்பட்டங்கள், இரு நூறு தாரைகள், முந்நூறு ஊது கொம்புகள், நானூறு குழல்கள்' என்று சொல்ல வேண்டும். அவர்கள் அதைக் கேட்டுச் சிரிப்பார்கள். தாரை ஊதுவதாக எண்ணிக் கொண்டு காதைப் பொத்திக் கொள்வார்கள். அவர்களுக்கு அவற்றை நினைத்தாலே அருவருப்பாக இருக்கும்.

ஆனால் முருகன் அந்தக் கல்யாணத்தைத்தான் விரும்பினான். வள்ளியைக் கல்யாணம் பண்ணிக் கொண்டால் என்ன? தேவலோகத்தில் அதை நடத்தும்படி ஏற்பாடு செய்யக்கூடாதோ? அந்தக் குறவர்களோடு குறவனாய் இருந்து குதூகலம் அடைந்தான்.

சிறப்பான கல்யாணத்தை அவன் அநுபவத்தில் கண்டிருக்கிறான். இதற்கு முன் தேவயானையை மணம் புரிந்து கொண்டபோது இந்திரலோகமே களிக் கூத்தாடியது. கண் கொள்ளாக் காட்சி. அந்தக் கல்யாணத்தில் தேவராஜனுடைய பெண்ணைத் தன் அருகில் இருக்கச் செய்து மணந்தவனே இப்போது அந்தக் குறக்கல்யாணத் தைச் செய்து கொண்டான். என்ன ஆச்சரியம்! அவனுக்கு என்ன, பைத்தியமா பிடித்துவிட்டது?

தேவயானையை இந்திரன் வலிந்து திருமணம் செய்து கொடுத்தான். அவனுடைய வேண்டுகோளுக்கு இணங்கி முருகன் அப் பிராட்டியை மணந்தான். இங்கே எத்தனை இடையூறுகள்! எத்தனை ஏச்சுப் பேச்சுகள்! அவ்வளவையும்

பொறுத்துக் கொண்டான். தானே வலியச் சென்று தன் நிலையைக் குறைத்துக் கொண்டு குறவருக்கு ஏற்ற குறவனாக நின்றான். மாமுனிவருக்கு உறவாகிய ஞானமூர்த்தி கொலை வேடனாக வந்தான். என்றும் இளையனாகிய அவன் கிழவனாக வந்தான். கற்பகதரு நீழலில் வாழும் வாழ்வை இந்திரனுக்கு அருளிய வள்ளல் வேங்கை மரமாக நின்றான். வேட வேடம் போட்டுப் பல்லைக்காட்டினான்; வேங்கை மரமாகப் பிரமித்து நின்றான்; அவள் காதலால் கூனிக் குறுகிக் கிழவனாக வந்தான். என்ன வேற்றுமை!

இங்கே எத்தனைக்கு எத்தனை குறைபாடும் தாழ்வும் உள்ளனவோ, அத்தனைக்கு அத்தனை முருகன் காதலும் மகிழ்ச்சியும் மீதூர நின்றான். அவன் நினைத்திருந்தால் இந்தக் குறிச்சியையே அமராவதி நகரம் போல ஆக்கியிருக்கலாம். பூதகணங்களை அழைத்து ஏவினால் இரவோடு இரவாகக் காட்டையெல்லாம் அழித்து அற்புதமான திருமண மண்டபத்தை அமைத்திருக்கும். குறவாணர் குன்றில் குறவாணர் கல்யாணமாகவே இருக்கவேண்டு மென்று அவன் விரும்பினான்.

ஏழை வீட்டுக்குச் செல்வரான விருந்தாளி ஒருவர் வருகிறார். அவர் மிகவும் நல்லவர். வந்தவுடன், "எனக்காக ஒன்றும் அதிகமாகச் செய்யவேண்டாம். நீங்கள் எதைச் சாப்பிடுகிறீர்களோ, அதைப் போடுங்கள் போதும். வெறும் வற்றல் குழம்பு வையுங்கள்" என்று சொல்கிறார். இப்படிச் சொல்வதை நாம் கேட்டிருக்கிறோம்.

முருகனும் அவ்வாறே சொன்னான் போலும்! "எனக் கென்று வேறு ஊர் வாத்தியங்களை அழைக்கவேண்டாம். உங்கள் ஊரில் உள்ள கொம்பும் குழலும் போதும் என்று சொல்லியிருப்பான்.

வள்ளி திருமணம்

அருணகிரி நாதருக்குச் சொன்ன உபதேசம் எதுவோ, அதன் வெளியீடாக இருப்பது வள்ளியம்மை திருமணம். அடியவரை

ஆட்கொள்ளும் செயலும் அந்தத் திருமணச் செயலும் ஒரே பயனை உடையவை.

வெவ்வேறாகத் தோற்றினாலும் இரண்டும் முருகன் பெருங் கருணையை மேற்கொண்டு, தக்க பக்குவம் இல்லா திருப்பினும் தன்னை ஓரளவு நினைத்த அளவிலே அப்படி நினைப்பவர்பால் தானே வலியச் சென்று ஆட்கொள்வான் என்ற உண்மையைக் காட்டுகின்றன.

வள்ளி திருமணம், முருகன் ஆன்மாவை வலியவந்து தடுத்தாட்கொள்ளும் கருணைத் திருவிளையாடல். வள்ளி நாயகி தவமுனிவருக்கும் மானுக்கும் பெண்ணாகப் பிறந்தவள். அதற்கு முன் திருமாலின் பெண்; முருகனை மணக்கும் உரிமை உடையவள். ஆயினும் வள்ளிமலையில் நம்பி ராஜனுடைய பெண்ணாக வளர்ந்தாள். தான் குறமகள் என்றே எண்ணி வாழ்ந்தாள். குறமகளிருடைய பழக்க வழக்கங்களையே மேற்கொண்டாள். வேடர்களுக்கு நடுவே இருள் அடர்ந்த காடுகளில் யானையும் பிற விலங் கினங்களும் திரியும் குறிஞ்சி நிலத்து ஊரில் வாழ்ந்தாள். தினைப்புனத்தில் அத்தப் புன்செய்த் தானியத்தைக் காவல் காத்துக்கொண்டு கிளி முதலியவற்றை ஓட்டினாள்.

ஆன்மாவும் இந்த நிலையில்தான் இருக்கிறது. இறைவனோடு ஒன்றி வாழும் உரிமையையுடைய அது பிரபஞ்சமாகிய காட்டில் ஆணவமென்னும் யானையும் காமம் கோபம் முதலிய விலங்கினங்களும் திரியும் சூழலில் ஐம்புலமாகிய வேடர்களிடையே வாழ்கிறது. சிற்றின்பமாகிய தினையைத் தனக்குரியதாக எண்ணி அதை நுகர்வதில் பற்றுடையதாகிப் பகையும் அழுக்காறும் பிறரை வெருட்டும் இயல்பும் வளரத் தன் உரிமையை மறந்து நிற்கிறது.

வள்ளிநாயகி

குறவாணர் குல வழக்கத்தின்படி முருகனை எண்ணி அன்பு செய்தாள். வேறு வகையான சாதனம் ஒன்றும் பயிலவில்லை. முருகன் தான் உள்ள இடத்துக்கு அவள் வரட்டும் என்று

காத்திராமல், அவள் உள்ளத்தில் உள்ள சிறிதளவு அன்பையே பற்றுக் கோடாகக் கொண்டு அவளை ஆட்கொள்ள வந்தான்.

பக்தி நெறியில் ஓரளவு புகும் ஆன்மாவுக்கு இன்னும் பக்குவம் நிரம்பவேண்டும் என்று காத்திராமல் அருள் செய்வதற்கு முருகன் எழுந்தருளுவான்.

வள்ளியம்மையினிடம் தன் திருவுருவத்தைக் காட்டி, என்னை மணந்து கொள் என்றால் அப்பெருமாட்டி உடனே வணங்கி முருகனிடம் ஈடுபட்டிருப்பாள். அவன் அவ்வாறு செய்யாமல் வேடனாகி வந்தான்; வேங்கை மரமானான்; கிழவனாக வந்து கெஞ்சினான். வள்ளிநாயகியின் கற்பு நெறியைச் சோதிக்கச் செய்த சோதனைகள் சோதனை அவை. வந்தால் உள்ளே மறைந்து கிடக்கும் ஆற்றல் வெளிப்படும். முருகன் காளைப் பருவ வேடனாகி வந்து நயந்தும் பயந்தும் பேசிய பேச்சுக்களிலே வள்ளிநாயகி மயங்காமல் இருந்தாள். அதனால் வருந்தினவனைப்போல முருகன் பாவனை செய்தாலும் அவன் திருவுள்ளத்தில் மிக்க மகிழ்ச்சி கொண்டான், நம்முடைய சோதனைகளில் இவள் வெற்றி பெறுகிறாள் என்று உணர்ந்து பெருமிதம் அடைந்தான்.

சோதனையும் போதனையும்

அன்புடையவனைத் தடுத்தாட் கொள்ள வரும் இறைவன் அவனைச் சோதிக்க முற்படுகிறான். சோதனையும் போதனையும் இறைவன் அடியார்களிடம் செய்கிறான். சோதனையினால் அன்பருடைய அன்பு பின்னும் முறுகி உரம் பெறுகிறது. நன்றாகப் படித்த மாணாக்கன் பரீட்சைக்கு அஞ்சாமல் அதில் தன் ஆற்றலைக் காட்டி வெல்வதைப்போல, உலகில் உண்டாகும் இடையூறுகளை யெல்லாம் இறைவன் திருவருளென்றே எண்ணிச் சோதனைகளில் தேர்ச்சி பெறுகிறார். அப்போது இறைவன் போதனை செய்கிறான். இறைவன் பல சந்தர்ப்பங்களில் நாம் அறிவு பெறும் வகையைக் காட்டுகிறான். அந்த அநுபவங்களினால் தெளிவு பெறுவோமானால் நம் பக்குவம்

உயர்கிறது. இல்லையானால் பிரபஞ்சச் சேற்றில் அமிழ்ந்து போக வேண்டியதுதான்.

வள்ளிநாயகிக்கு முன் விநாயகரை யானையாக வரச் செய்தான் முருகன். அந்த யானையைக் கண்டு அஞ்சி முருகா என்று கதறிக் கிழவனாக வந்த அவனைச் சார்ந்தாள். அப்போது முருகன் தன் திருவுருவத்தைக் காட்டி அருள் புரிந்தான். யானையைக் கண்டவுடன் வள்ளிநாயகிக்கு, "உயிர் போய்விடும்" என்ற அச்சம் உண்டாயிற்று. அவள் உள்ளத்தில் அப்போது முருகனுடைய நினைவு உச்சநிலையில் எழுந்தது.உயிருக்கு மோசம் வரும் என்ற உணர்வு வரும் போதுதான் இறைவனிடம் உரமான பக்தி எழும்.

'ஆவிக்கு மோசம் வருமாறு
அறிந்துன் அருட்பதங்கள் சேவிக்க
வென்று நினைக்கின்றி
லேன்வினை தீர்த்தருள்வாய்'

என்று கந்தரலங்காரத்தில் பின்னே ஒரு பாட்டில் அருணகிரிநாதர் சொல்லப் போகிறார்.

இறைவனையன்றி வேறு துணையில்லை என்பதை ஒருவன் மற்றச் சமயங்களில் தெளிவாக உணர முடிவ தில்லை. மரணத்துன்பத்தை உள்ளவாறு அறிந்தால்தான் அந்த உணர்ச்சி ஏற்படும். வள்ளியம்மைக்கு அத்தகைய உணர்வு வந்தபோது முருகன் ஆட்கொண்டான்.

வள்ளிநாயகி திருமணம் ஆன்மா பரமான்மாவோடு ஒன்றுபடும் திருமணம். வேறு வேறு வகையில் சாதனம் புரிந்து பக்குவம் உயர்ந்தால் இறைவன் திருவருளுக்கு ஆளாவது முறை. முருகனோ தன்னை நம்பின அடிய வனிடம் பக்குவக் குறைபாடு இருந்தாலும் கருணை மிகுதியால் அவனை நாடி வந்து சோதனை செய்து ஏற்றுக் கொண்டு இன்பம் அருளுகிறான். பக்தனுக்குள்ள பக்குவக் குறைவை முருகனிடம் உள்ள கருணை மிகுதி, பொருட் படுத்தாமல் நிரப்புகிறது.

அநுபவ ஒற்றுமை

இந்த அநுபவத்தை வள்ளிநாயகி பெற்றாள். அருண கிரியாரும் பெற்றார். மற்றவர்களைப் போலவே உலகியலில் உழன்ற அவருக்கு முருகன்பால் அன்பு முகிழ்த்தது. முருகன் பெருங் கருணையை மேற்கொண்டு தடுத்தாட் கொண்டான். பலவகைச் சோதனைகளைச் செய்து பக்குவம் ஏற்றிப் போதனை செய்து ஆட்கொண்டான். அவருடைய துன்பங்களைத் திருவுள்ளத்தில் அடைத்து வலியத் தடுத்தாட்கொண்டு அவர் செவி கேட்கும் வண்ணம் போதனை புரிந்தான்.

கின்னம் குறித்தடியேன் செவி
நீ அன்று கேட்கச் சொன்ன
குன்னம்

என்று அந்தப் போதனையையே குறித்தார்.

வள்ளிநாயகியிடத்தும் இந்தச் சோதனையும் போதனையும் நிகழ்ந்தன. அருணகிரிநாதர் பெற்றதை அவர் ஒருவரே அறிவார். வள்ளிநாயகி பெற்றதை அன்று மலை நாட்டு ஊராகிய குறிஞ்சி முழுவதும் அறிந்தது. கோடு குழல் சின்னங் குறிக்கக் குறிஞ்சிக் கிழவர் சிறுமிதனை, முன்னம் குறிச்சியில் சென்று கல்யாணம் முயன்ற' போது அந்தக் குறிச்சி, அடியார்களிடம் இரகசியமாக நிகழும் சோதனையையும் போதனையையும் வெளியாக்கி விட்டது.

'முருகன் பெருங் கருணை உடையவன்; பக்குவத்தில் குறைபாடு இருந்தாலும் வலியவந்து தடுத்தாட் கொள்வான்; சோதனையால் பக்குவத்தை முறுகச் செய்து போதனையால் இன்ப அநுபவத்தை வழங்குவான்' என்ற இரகசியத்தை அருணகிரிநாதர் அறிந்தார். அது தமக்கு மாத்திரம் தெரிந்த இரகசியம் என்று நினைத்தார். ஆனால் அது மலைநாட்டு ஊர் அறிந்த இரகசியம் என்பதைப் பின்பு உணர்ந்தபோது,"முருகா, நீ எனக்குச் சொன்ன இரகசியத்தை முன்பே குறிச்சி

வெளியாக்கி விட்டதே!' என்று அவனைப் பார்த்தே சொல்கிறார்.

கின்னம் குறித்துஅடி யேன்செவி
நீ அன்று கேட்கச்சொன்ன குன்னம்,
குறிச்சி வெளியாக்கி
விட்டது; கோடுகுழல் சின்னம்
குறிக்கக் குறிஞ்சிக்
கிழவர் சிறுமிதனை
முன்னம் குறிச்சியில் சென்று
கல்யாணம் முயன்றவனே !

[ஊது கொம்புகளும் பலவகையான குழல்களும் பிற சின்னங்களும் முழங்க, முன் ஒரு காலத்தல் குறிஞ்சி நிலத்து ஊருக்குப்போய்க் குறிஞ்சி நிலத்துக்கு உரியவர்களாகிய குற வாணர்களுடைய சிறு மகளாகிய வள்ளியைத் திருமணம் புரிந்து கொண்டவனே! அடியேன் பட்ட துன்பங்களைப் போக்க எண்ணி, அடியேனது செவி கேட்கும் படியாக நீ அன்று திருவாய் மலர்ந்தருளிய இரகசியத்தை அந்தக் குறிஞ்சி நிலத்து ஊர் யாரும் அறியும் வண்ணம் வெளிப்படுத்தி விட்டது.

பசி குறித்துத் தந்த உணவு என்னுமிடத்துப் பசியைப் போக்குவதை எண்ணித் தந்த உணவு என்று பொருள்படுவது போல, இங்கே கின்னத்தைப் போக்குதலை எண்ணி என்று பொருள் செய்ய வேண்டும். கின்னம் - துன்பம். "நினைவார் கின்னங்களையும் க்ருபை சூழ் சுடரே" என்று அநுபூதியில் பாடுவார். செவி கேட்கச் சொன்னது உபதேசம் குன்னம் - இரகசியம் : குஹ்யம் என்பதன் திரிபுபோலும் குறிச்சி- குறிஞ்சி நிலத்துஊர் ; வேடர் வாழும் இடம்; 'குறிச்சி புக்க மான் போலவும்' என்பது பழைய உரைகாரர்கள் கூறும் உவமை. வெளியாக்குதல், யாவரும் எளிதில் அறியச் செய்தல். ஒருவர் செவிக்கு மாத்திரம் கேட்கும்படி சொன்ன மறையை யாவரும் முயற்சியின்றியே எளிதில் உணரும்படி அந்தக் குறிச்சி செய்து விட்டது.

அடியேன் செவி கேட்க அன்று நீ சொன்ன என்று கூட்டுக. அன்று : நெஞ்சறி சுட்டு. குன்னத்தைக் குறிச்சி வெளியாக்கி விட்டது.

கோடு-ஊது கொம்பு. குழல் மூங்கிலால் செய்த புல்லாங் குழல், சின்னம்-தாரை முதலியன. குறிக்க - ஒலிக்க, குறிஞ்சிக் கிழவர். குறிஞ்சி நிலத்தில் வாழும் உரிமையுடையவர்கள்; வேட்டுவர். முன்னம் - பழங்காலத்தில். சென்று-தானே வலியச் சென்று. முயன்றவன்-புரிந்தவன்.)

அந்தகா! வந்து பார்!

மனிதன் வாழ்ந்தால் அவன் எந்தக் காரியத்தைச் செய்தாலும் செய்யாவிட்டாலும் நிச்சயமாக ஓர் அநுபவத்தைப் பெறத்தான் வேண்டும். அவன் ஞானியாய் இருந்தாலும் அஞ்ஞானியாய் இருந்தாலும், செல்வம் பெற்ற சீமானாக இருந்தாலும், வறுமை வாய்ப்பட்டு உழலும் ஏழையாய் இருந்தாலும், கலைவல்லுநனாய் இருந்தாலும் கலைஞானம் சிறிதுமில்லாக் கசடனாக இருந்தாலும், ஆணாக இருந்தாலும் பெண்ணாக இருந்தாலும் நிச்சயமாக அதற்கு உட்பட்டே ஆகவேண்டும். மற்ற அநுபவங்கள் எல்லோருக்கும் பொது என்று சொல்ல இயலாது. எல்லோரும் கல்யாணம் பண்ணிக்கொண்டு இருப்பார்கள் என்று சொல்ல வழி இல்லை. பிரம்மசாரியாகவே இருப்பார்கள் என்று சொல்லவும் முடியாது. வாழ்நாளில் பல விதமான ஜுரமும் அடைந்தார்கள் என்று சொல்லக் கூடியவர்கள் இருக்கலாம். "ஒருமுறை கூட எனக்கு ஜுரம் வந்ததே கிடையாது" என்கின்ற மக்களும் இருக்கிறார்கள். ஆனால், நிச்சயமாக ஒரு சம்பவம் எல்லோருடைய வாழ்க்கையிலும் நிகழும். அதுதான் மரணம். பிறந்தவர் எல்லோரும் மரணம் அடைவது என்பது உறுதி.

அதிசயம்

தர்மபுத்திரரைப் பார்த்து ஒரு யட்சன், "இந்த உலகத்தில் எது அதிசயம்?" என்று கேட்டானாம். "பிறந்தவர்கள் இறந்துபோவது நிச்சயம் என்பதை உணர்ந்தும். அதை மறந்து மக்கள் வாழ்க்கை நடத்துகிறார்களே, அது பெரிய அதிசயம்" என்று அவர் சொன்னாராம். அந்த விடை, உலகில் பிறந்த மக்கள் எந்தக் காரியத்தைச் செய்தாலும் செய்யாவிட்டாலும்,

மரணம் என்ற சம்பவத்திற்கு உட்பட்டே ஆகவேண்டு மென்பதை நினைப்பூட்டுகிறது.

அஞ்சுதலும் விஞ்சுதலும்

மரணத்தைக் கண்டு, அதனாலே வருகின்ற துன்பத்தை நினைந்து நாம் வருந்துகிறோம். நாம் என்ன? பல காலம் இறைவன் திருவருளில் ஈடுபட்ட பல பெரியோர்களும் அஞ்சியிருக்கிறார்கள். அந்த அச்சத்தைக் கடந்தவர் மிக அரியர். அந்தத் தைரியம் யாருக்கேனும் இருக்குமானால், அதை உண்டாக்கியது பெரிய அருள் என்றே சொல்ல வேண்டும். அதைப் பெறும்வரையில் பலர் அஞ்சி யிருக்கிறார்கள். பின்னர் அஞ்சாமல் விஞ்சியும் இருக்கிறார்கள்.

"நாமார்க்கும் குடியல்லோம் நமனை அஞ்சோம்"

என்று பாடிய அப்பரைப் போலவே ஆழ்வாரும்,

"நாவலிட் டுழிதர் கின்றோம் நமன்தமர் தலைகள் மீதே"

என்கிறார்; "எங்கள் உயிரைக் கொண்டு போவதற்கு யமன் தூதுவர் வந்தால் அவர்கள் தலையில் ஏறி மிதிப்போம்" என்று கூறுகிறார்.

அருணகிரியார் செய்த புதுமைகள்

இப்படிப் பேசிய கூட்டத்தினரில் ஒருவர் அருணகிரி நாதர். அவரும் முன்னோர்கள் சொன்னதையே சொன்னாலும், அவர் சொல்வதில் ஒரு புதுமை இருப்பதைக் காணலாம். அவர் பல புதுமைகளைச் செய்திருக்கிறார். எல்லாம் இயற்பாட்டாகவும், அவருடைய பாடல்கள் இசைப் பாட்டாகவும் அமைந்தவை. இலக்கியமாகப் படித்துச் சுவைத்தாலும், இசையாகச் சந்தத்தோடும் தாளத்தோடும் பாடக்கூடிய வகையிலும் அமைந்தவை அவை. சந்தப் பாட்டுக்களை மிகுதியாகப் பாடிய பெருமை அருணகிரிநாதருடையது. இது ஒரு புதுமை.

பல பேர்கள் அவருக்கும் முந்தி, எத்தனையோ தெய்வங்களைப் பற்றிப் பாடினார்கள். ஆனால்,அவரவர்கள் அவரவர்களுடைய உபாசனா தெய்வத்தை உயர்த்தியும், மற்ற மற்றத் தெய்வங்களைத் தாழ்த்தியும் பாடியிருக் கிறார்கள். அதைப் பார்க்கும் போது இந்தக் காலத்துச் சமரச ஞானிகளுக்கு, "ஒருவருக்கொருவர் பகை உண்டாகும் வகையில் இவர்கள் கூடப் பாடியிருக் கிறார்களே!" என்று தோன்றும். அருணகிரிநாதரோ இக் காலத்தவரும் போற்றும் சமரச ஞானம் படைத்தவர். திருமாலினுடைய பெருமையாகவே வருவார். கடைசியில் அத்தகைய பெருமை வாய்ந்த திருமாலின் மருகோனே என்று முருகனைக் குறிப்பிடுவார். திருமாலைத் தாழ்வாகச் சொல்லமாட்டார்; சிறப்பாகவே புகழ்வார். ஓரிடத்தில் அம்பிகையின் அர்ச்சனையாகவே பாட்டு வரும். அவளுடைய திருமகனே எனக் கடைசியில் தம் வழிபடு கடவுளாகிய முருகனை அழைப்பார். இப்படி முருகப் பெருமானுடைய பெருமையை மற்றத் தெய்வங்களின் சிறப்போடு இணைத்துப் பார்க்கும் உள்ளம் அருணகிரி நாதருடையது. அவரது சமரச உள்ளமாகிய பீடத்தில் கொலுவீற்றிருந்து நடுநாயகமாக ஒளிவிட்டு வாழ்கிறவன் முருகன். இந்தப் புதுமையை அருணகிரியார் செய்தார்.

மற்ற அடியார்களைப் போலவே, "எனக்கு எமனைக் கண்டு பயம் இல்லை. மரணப்ரமாதம் நமக்கில்லையாம்" என்று பாடினார்.சிலர், "யாரைக் கண்டாலும் பயமில்லை" என்று தம் பக்கத்தில் யாரும் வராதவரையில் பேசுவார்கள். வந்துவிட்டால் தலை மறைந்து ஓடி விடுவார்கள்; அல்லது கோழையைப் போலப் பேசுவார்கள். அருணகிரிநாதர் அத்தகையவர் அல்ல. எமனையே நேருக்கு நேர் நிறுத்தி வைத்து, முன்னிலைப்படுத்தி இப்பாட்டில் பேசுகிறார். இதுவும் ஒரு புதுமை.

தண்டா யுதமும் திரிசூல
மும்விழத் தாக்கிஉன்னைத்
திண்டாட வெட்டி விழவிடு

வேன்செந்தில் வேலனுக்குத்
தொண்டா கிய என் அவிரோத
ஞானச் சுடர்வடிவாள்
கண்டா யடா அந்த கா! வந்து
பார் சற்று என் கைக்கெட்டவே.

நேரே ஒரு தடி எடுத்து, எமன் தலையில் அடிக்கிறது போல இந்தப் பாட்டைப் பாடுகிறார். இப்படி அறைகூவுவதால் என்ன பயன் என்று சிலருக்குத் தோற்றும்.

இப்படி வாயினால் பேசுவதற்கே ஒரு தைரியம் வேண்டும். அந்தத் தைரியத்தை அருணகிரிநாதர் பெற்றி ருக்கிறார். எமனைப்பற்றி நினைந்து நினைந்து, சாம்பிச் சாம்பி, "ஐயோ செத்துப்போய்விடுவேனே!" என்று புலம்பிப் புலம்பி ஒவ்வொரு விநாடியும் நலிந்துகொண் டிருக்கிற மக்களுக்குத் தம் நிலையை விளம்பரப்படுத்திக் கொள்வதற்காக அருணகிரிநாதர் இதைப் பாடவில்லை. நம்மைப் போன்ற மக்கள் முருகவேளின் திருவடியைப் பற்றிக்கொள்ள வேண்டும், எமனை நினைந்து குமைந்து குமைந்து வாழ்ந்து மடிகின்ற நிலையினின்று மீட்சி பெற வேண்டும் என்பதற்காகப் பாடினார். இந்தப் பாட்டைப் பாடி, அச்சத்தைப் போக்கி உய்வு பெறவேண்டும் என்பதே அவர் திருவுள்ளம்.

அச்சத்தைப் போக்கும் வழி

அச்சம் என்பது மனத்தில் உதிப்பது. நெளிந்து போகின்றவற்றை எல்லாம் பார்த்து, "பாம்பு பாம்பு" என அலறுகின்ற மக்கள் இருக்கிறார்கள். ஆனால் பாம்புப் பிடாரன் அந்தப் பாம்போடு விளையாடுகிறான். பாம்பு கடித்தால் விஷம் அவன் உடம்பில் ஏறும். ஆறு அறிவு படைத்த மனிதன் கிடக்கட்டும். ஒரு சின்னக் கீரிப்பிள்ளை. பாம்பு கடித்தால் உடனே செத்துப்போகும். ஆனால் அது பாம்போடு விளையாடுகிறதே. பாம்பைக் கண்டு அது நடுங்குவது இல்லையே! காரணம் பாம்பின் நஞ்சு

அதனிடத்தில் பலிக்காது என்பது அல்ல. நம்மைப்போல அது பயந்து நடுங்குவது இல்லை. பாம்போடு சண்டை போடுகிறது. எந்த இடத்தில் பற்றினால் பாம்பால் தன்னைக் கடிக்க முடியாதோ அந்த இடத்தில் பற்றிவிடுகிறது. பாம்பைக் கண்டவுடனே நம் உள்ளங்களில் ஏற்படுகிற கிலி அந்தச் சிறிய பிராணிக்குக் கிடையாது. அதனாலே தான் அது பாம்பைப் பிடித்துப் பிடித்து விளையாடுகிறது. நமக்குப் பாம்பு கால்வாசி, பயம் முக்கால்வாசியாக இருக்கின்றன.

எமனைப் பற்றி நினைக்குந் தோறும் உள்ளத்தில் பயந்து பயந்து கிலி பிடித்துச் சாகின்ற நாம், "எமன் என்னை ஒன்றும் செய்ய முடியாது; எமன் என் அருகில் வந்தாலும் அவனைக் கொன்று வீழ்த்துவேன்' என்று சொல்லிச் சொல்லி உள்ளத்தில் முறுக்கு ஏற்றித் தைரியத்தைப் பெறவேண்டும் என்ற கருணையினால் இந்தப் பாட்டின் வாயிலாகச் சிறந்த உபதேசத்தைச் செய்கிறார் அருணகிரியார்.

மெஸ்மெரிஸம்

மெஸ்மெரிஸம்' என்ற வித்தையை நீங்கள் அறிவீர்கள். மருந்து கொடுப்பதில்லை. மென்மையான உள்ளம் படைத்தவனை அப்படியே அமர வைத்து, "நீ தூங்கப் போகிறாய். இதோ நீ தூங்கப் போகிறாய்!' என்று வித்தை வல்லவன் சொல்லிக்கொண்டே இருக்கிறான்.

"நான் தூங்க மாட்டேன்' என இவன் நினைத்துக் கொண்டிருத்தாலும் அவன் கூறுகின்ற சொற்கள் காதுவழியாகப் புகுந்து, கல்லாய் இருக்கிற உள்ளத்தைத் தாக்கி, 'நான் தூங்கிவிடுவேன் போலிருக்கிறதே' என நினைக்கச் செய்து, கொட்டாவி விடப்பண்ணி, 'நான் தூங்கி விடுவேன்' என்ற முடிவையும் ஏற்படுத்திவிடுகிறது. 'தூங்கப் போகிறேன்' என்று மனத்தில் தோற்றிய எண்ணம் அவனைத் தூங்கவே பண்ணிவிடுகிறது. நல்ல ஆற்றல் உடையவனும் தூங்கிப் போய்விடுகிறான். விஞ்ஞான அறிவிலே

தலைசிறந்து விளங்கும் மேல்நாட்டார் செய்கின்ற வித்தை இது. இந்த வித்தையை நாம் பார்க்கிறோம்.

இதைப் போலவே ஒருவன், "நான் செத்துப் போவேன்" என்று உள்ளத்தில் எண்ணி எண்ணி அஞ்சிக் கொண்டிருக்கிறான்; கடைசியில் செத்தே போகிறான். “நான் சாக மாட்டேன்; எமனைக் கண்டு அஞ்சமாட்டேன்" என்று நினைக்கிற ஆற்றலை உள்ளத்தில் பெற்றோமானால் அந்த நினைப்பினால் உள்ளத்தில் முறுக்கு ஏற, இறைவன் திருவருளைப் பற்றிக்கொண்டு மரணமில்லாப் பெரு வாழ்வைப் பெற முடியும். உண்மையில் எத்தனையோ தாய்மார்கள், காய்ச்சலால் அவதிப்படுகின்ற தங்கள் குழந்தைகளுக்குத் தெய்வத்தை நம்பி விபூதியைப் பூசிவிட்டு கந்தர் அலங்காரமோ, திருமுருகாற்றுப் படையோ, கந்தர் அநுபூதியோ பாராயணம் செய்து கொண்டிருக்க வில்லையா? நெஞ்சில் உறுதியிருக்குமானால் நிச்சயமாக நோய் தீர்ந்துவிடும்.

நினைப்பில் வலிமை

மேல்நாட்டினரிற் சிலர் ‘ஆட்டோ ஸஜ்ஜஷன்' (Auto Suggestion) என்ற இம்முறைப்படி பல வியாதிகளைக் குணமாக்கி வருகிறார்கள். நோய் உடைய ஒருவன், "எனக்கு நோய் இல்லை; எனக்கு நோய் போய்விட்டது" என்று சொல்லிக்கொண்டே இருந்தால், அவன் சங்கற்பம் செய்து கொண்ட நினைப்பினால் உடம்பில் முறுக்கு ஏறி, நரம்பில், முறுக்கு ஏறி, நோய் தீர்ந்தவனாகிறான். "யத்பாவம் தத்பவதி" என்பது ஒரு வடமொழி வாக்கியம். 'எதை நினைக்கிறானோ அது கிடைக்கிறது' என்று பொருள்.

நான் சக்தி உடையவன்; வல்லமை உடையவன்; எமனை வெல்பவன்' என்ற நினைப்பினால் எப்படிச் சக்தி ஏறி, முறுக்கு ஏறிச் சக்தியையும் வல்லமையையும் உடையவனாக ஆகின்றானோ, அதேபோலத்தான் ஒருவன், 'எனக்குச் சக்தி இல்லை; வல்லமை இல்லை' என்ற நினைப்பினால் உடல்

சக்தி தளர்ந்து, முறுக்குத் தளர்ந்து சக்தி அற்றவனாகவும், வல்லமை அற்றவனாகவும் ஆகிவிடுகிறான். உள்ளத்தில் ஏற்படும் பயத்தினாலேயே கட்டுவிட்டு உடம்பு நலிகிறது. "எந்தக் காரியத்தையும் சாதிப்பேன்" என்று நினைக்கிற நினைப்பு நரம்பில் முறுக்கு ஏற்றிப் பல காரியங்களைச் சாதிக்கச் செய்கிறது. காம உணர்ச்சி மிகுதியாக உள்ளவன் மனத்தில் ஏறுகின்ற முறுக்கு, தான் விரும்பிய பெண்ணையே எத்தனை துன்பம் வந்தாலும் பெறும் படியாகச் செய்யவில்லையா? "அகப்பட்டுக் கொள்ளக் கூடாது; எப்படியும் தப்பிவிட வேண்டும்" என்ற எண்ணம் மனத்தில் முறுக்கு ஏறிய திருடன் ஏற முடியாத பெரிய மாடியில் ஏறிக் குதிப்பதில்லையா? சாதாரண நேரத்தில் அக்காரியங்களை அவர்களால் செய்யமுடியாது.

ஆகவே எமனை எதிர்க்கின்ற முறுக்கை நம் உள்ளங்களில் ஏற்ற வேண்டுமென்ற கருத்தினால் அருணகிரிநாதர் இந்தப் பாட்டைச் சொன்னார். இதைப் பலமுறை சொல்லிச் சொல்லிப் பழகினால் எமனைக் கண்டு அஞ்சுகின்ற கிலி பறந்து போய்விடும். அதுவே முக்காற் பங்கு கால ஜயம் என்று சொல்லவேண்டும்.

"துணிந்தவர் ஈசன் துறக்கம் தாள்வர்"

என்று திருமூலர் பேசுகின்றார். "எவன் சந்தேகப்படு கிறானோ, அவன் அழிந்து ஒழிகிறான்" என்று கீதை சொல்கிறது. ஆகவே, சந்தேகத்தை நீக்கித் துணிவுடன், "என்னை எமன் ஒன்றும் செய்ய முடியாது. எமனை நான் முருகப் பெருமானின் அருளைக் கொண்டே கொன்று விடுவேன்" எனச் சொல்லிச் சொல்லி, நம் உள்ளத் தடத்தில் பேயாக நடம்புரிகின்ற அச்சத்தை விரட்டி அடித்தால், நிச்சயமாக நலிவு இல்லை. எமனை விரட்டக்கூடிய ஆற்றல் உண்டாகிவிடும். ஒரு பெரிய கோபுரத்தின் மேல் ஏற வேண்டுமென்றால் மெல்ல மெல்ல ஒவ்வொரு படியாகத்தானே ஏறியாக வேண்டும்? அந்தப் பெரிய ஆற்றலைப் பெறுவதற்கு நாம் ஒவ்வொரு படியாக முன்னேற

வேண்டும். அதற்கு உதவுபவை பெரியவர்களுடைய வாக்குகள். அருணகிரிநாதப் பெருமானுடைய வாக்கும் நமக்கு அவ்வாறே பயன்படுகிறது.

உடம்பை எடுத்த பின் நாம் ஒவ்வொரு கணமும் படுகின்ற கவலைகள், அஞ்சுகின்ற அச்சங்கள் எல்லாம் ஒன்றாகச் சேர்ந்து உடம்பையே அழிக்கும் எம பாசமாக வருகின்றன. தேர் பிடித்து இழுக்கும் வடம் அப்படியே விளையவில்லை. உரிமட்டை நார்களின் துரும்புகள் பல சோந்து முறுக்கி முறுக்கி அவ்வளவு பெரிய வடமாக மாறுகின்றன. அது போலவே நாம் செய்கின்ற தீங்கான காரியங்கள் எல்லாம் நமது உள்ளத்தில் பலவீனத்தை அளித்து, அந்தப் பலவீனங்கள் எல்லாம் ஒன்றாகச் சேர்ந்து முறுக்கு ஏறும்போது, எம்பாசமாக வருகிறது. இந்தப் பாசக் கயிற்றை அறுக்க வேண்டுமானால், உள்ளத்தில் நம்பிக்கை உண்டாகி, அந்த நம்பிக்கை உரம் பெற்றுப் பெரிய வடமாக வேண்டும். அப்போது அந்த வடம் நம்மைப் பற்றி இழுத்து, ஆண்டவனுடைய சந்நிதானத்திற்குக் கொண்டு போய்ச் சேர்த்து விடும். அது ஒரு நாளில் சாத்தியமாவது அன்று.

முதலில் அழிவை நோக்கி நம்மைப் பிடித்து இழுக்கும் பாசக் கயிறு அறவேண்டும். அதற்குமுன் உள்ளத்தில் கிலி நீங்கித் தைரியம் விளைய வேண்டும். தைரியத்தை உண்டு பண்ணும் முருகப் பெருமானின் அடியிணைகளைப் பற்ற வேண்டும். அவன் அன்பு ஏற ஏறமனம் உறுதி பெறும்.

இறைவன் அடியைப் பற்றி இத்தகைய தைரியம் அடைந்து, எமனைக் கண்டு அஞ்சமாட்டோம் எனச் சொன்ன ஞானிகள் பலர் உண்டு. அவர்களைப் போலவே அருணகிரியார் சொன்னாலும் பிறர் சொல்வது போலச் சொல்லாமல் புதிய முறையில் எமனைப் பார்த்தே சொல்லுகிறார்.

தண்டமும் சூலமும்

முருகன் தண்டத்தைத் தாங்கி நிற்கிறான். அவனைத் தந்த சிவபிரான் சூலபாணி. அவ்விருவரும் தாங்கும்

தண்டத்தையும் சூலத்தையும் காலன் தாங்கி நிற்பதால் அடியவர்கள் அவனைக் கண்டு ஏமாறமாட்டார்கள். தண்டமும் சூலமும் யார் கையில் இருந்தாலும் சிறப்பை அடைவதில்லை. கத்தியை வைத்துக்கொண்டு காய்கறி நறுக்குகிறான் ஒருவன். அதே கத்தியைக் கொண்டு வேறொருவன் கசாப்பு கடையில் ஆட்டை வெட்டுகிறான். இரண்டிடத்தும் கத்தி வேலை செய்தாலும் இரண்டு கத்தி யும் ஒன்றாகுமா? ஒரே பெருமையைப் பெறுமா? இருக்கிற இடத்தைப் பொறுத்துத்தான் அதற்குமதிப்பு ஏற்படு கிறது. தண்டமும் சூலமும் கடவுள் கையில் இருந்தால் மதிப்பு; யமன் கையில் இருந்தால் அது அல்லை. அதை அவன் தாங்குவதற்கே தகுதி இல்லாதவன். தண்டம் எடுத்தவன் எல்லாம் தண்டற்காரன் ஆகிவிட முடியாது. "உன் கையில் உள்ள தண்டத்தையும், சூலத்தையும் கண்டு பயப்பட மாட்டேன். அவற்றைக் கண்டு உனக்கு மதிப்பும் கொடுக்க மாட்டேன். அந்தச் சூலத்தையும் தண்டத்தையும் வைத்துக் கொண்டு வந்தால் நான் உன்னைப் பார்த்து என்னுடைய பெருமானோ என எண்ணி மயங்கி விடுவேன் என்று நினைக்கிறாயா?" என்று எண்ணிச் சொல்வதுபோல அருணகிரியார் சொல்கிறார்.

தண்டாயுதமும் திரிசூலமும் விழத் தாக்கி

என்று அவர் சொல்வதிலே அவருக்குத் தண்டத்திடமும், சூலத்திடமும் கோபம் இல்லை என்பதும் தெரிகிறது. அவற்றை யமன் எடுத்து வைத்துக் கொண்டால் அவை என்ன செய்யும்? எய்தவன் இருக்க அம்பை நோகலாமா? "என்ன இருந்தாலும் அவை எம்பெருமானை நினைப்பூட்டும் சின்னங்கள். உன்னை அழிப்பேனே தவிர, அவற்றை அழிக்க மாட்டேன். ஆகவே, உன் கையிலுள்ள சூலமும் தண்டமும் கீழே விழுமாறு செய்து உன்னைத் தாக்குவேன்" என்கிறார்.

எமன் தண்டத்தை உடையவன். தண்டதரன் என்ற பெயர் அவனுக்கு உண்டு. அவனுக்குச் சூலமும் ஆயுதம்.

தண்டாயுதமும் திரிசூலமும் விழத் தாக்கி உன்னைத் திண்டாட வெட்டி விழவிடுவேன்,

தாக்கி அவனை வெட்டி வீழ்த்தி விடுவாராம்.

அவர் பெற்ற ஆயுதம்

எமன் நிதானிக்கிறான். 'இந்தப் பேர்வழி நம் கையில் இருக்கிற படைகளையும் தெரிந்து கொண்டிருக்கிறான். நமது பலத்தையும் தெரிந்து கொண்டிருக்கிறான். இவன் கையிலோ எந்த ஆயுதமும் இருப்பதாகத் தெரியவில்லை. எந்தத் தைரியத்தினால் இவன் இவ்வாறு பேசுகிறான்?' என்று யோசிக்கிறான். அவனைப் பார்த்து, "என்னிடம்

"என்ன ஆயுதம் இருக்கிறது என்றா யோசிக்கிறாய்? சொல்கிறேன் கேள்" என்று கூறுகிறார்.

செந்தில் வேலனுக்குத்
தொண்டாகிய என் அவிரோத
ஞானச் சுடர்வடிவாள்
கண்டாயடா அந்தகா!

செந்தில் வேலவன்

"வேலை ஆயுதமாகப் படைத்த ஆண்டவனுடைய சேவகன் நான்" என்று தொடங்குகிறார். வெல் என்பதி லிருந்து வேல் என்பது பிறந்தது. வெல்வதற்கு உரியது வேல். மற்றப் படைகள் எல்லாவற்றினும் சிறந்தது அது. சாமானிய வேலுக்கே அந்தப் பெருமை இருக்கிறது. எம்பெருமான் பிடித்திருப்பது ஞான வேல். அதனைப் பிடித்துக் கொண்டிருக்கும் பெருமான் செந்திலில் இருக்கிறான். செந்தில் வேலனுக்குத் தொண்டர் அருணகிரிநாதர்.

செந்தி என்ற சொல் சொல் செந்தில் ஆயிற்று என்பர். ஜயந்தி என்ற சொல்லே செந்தி ஆயிற்றாம். ஜயந்தி என்பது

வெற்றியைக் கொண்டாடிய இடம் என்ற பொருளை உடையது. சூரனோடு போராட இந்த இடத்திலிருந்து முருகன் புறப்பட்டான். சென்று சூரபன்மனை அடக்கி ஒடுக்கி வெற்றி பெற்றுத் தேவர்களுக்கு இன்பம் தந்தான். அந்த வெற்றிக் கொண்டாட்டம், விஜயாபிஷேகம் நடந்தது இந்த இடத்தில்தான். தேவர்களும் மற்றவர் களும் கூடி இங்கேதான் அவனது வெற்றியைக் கொண்டாடி வெற்றித் தம்பம் நாட்டினார்கள். ஆகவே, இந்த இடத்திற்கு ஜயந்தி எனப் பெயர் வந்தது. 'ஜயந்தி யாகிய செந்திலில் வெற்றிவேல் பெருமான்' இருக்கிறார். அந்தச் செந்தில் வேலவனிடத்திலிருந்து நான் ஓர் ஆயுதம் பெற்றிருக்கிறேன். அது என்ன தெரியுமா?' என்று மேலே சொல்லுகிறார்.

செந்தில் வேலனுக்குத்
தொண்டாகிய என் அவிரோத ஞானச் சுடர்வடிவாள்.

செந்தில் வேலனுக்குத் தொண்டு என்று அந்தப் படைக்கலத்துக்குப் பெயர். அவனிடத்தில் தொண்டு பூண்ட அடிமை இவன் என்ற வலிமையே அந்த ஆயுதம். அந்தப் படை அகக் கண்ணுக்குப் புலப்படுமேயன்றி, புறக் கண்ணுக்குப் புலப்படுவது அன்று.

தொண்டும் ஞானமும்

ஆண்டவனுக்குத் தொண்டு பண்ணுவதாவது என்ன? தினந்தோறும் அர்ச்சனை பண்ணிவிட்டு, ஒருமுறை கந்தர் அநுபூதி, கந்தர் அலங்காரம், திருமுருகாற்றுப்படை முதலியவற்றைப் பாராயணம் செய்துவிட்டு, ஆண்டுக்கு ஒருமுறை ஆறுபடை வீடுகளையும் தரிசித்து வருவதோடு நிற்பது அன்று. இறைவனிடத்தில் உண்மை அன்பு உடையவன், எல்லா உயிர்களிடத்தும் அன்பு பாலிப்பவனாக இருப்பான். பிற உயிர்களிடத்தும் அன்பு செய்வதை மறந்து என்னதான் ஆண்டவனிடத்தில் அன்பு செய்வதாகச் சொன்னாலும், அவன் ஆண்டவனுக்கு உண்மைத் தொண்டனாக முடியாது. அவன் அர்ச்சனையை ஆண்டவன்

ஏற்கமாட்டான். அருணகிரியார் எல்லா உயிர்களையும் தம் உயிர்போல் பார்க்கின்ற கருணையாளர். "என்னுடைய கையில் ஒரு சுடர் வடிவாள் இருக்கிறது. பிரகாசம் பொருந்திய கூர்மையான வாள் அது. அந்த வாளுக்கு இரண்டு பெயர். செந்தில்வேலனுக்குத் தொண்டு என்பது ஒரு பெயர். அந்த வாள் ஞான சொரூபம். அதற்கு அவிரோத ஞானம் என்பதும் பெயர்" என்று குறிப்பிடு கிறார். தொண்டு என்பது கர்மம்; செந்தில் வேலனுக்குத் தொண்டு என்பது பக்தி; அவிரோத ஞானம் என்பது ஞானம். 'கர்மம், பக்தி, ஞானம் என்ற மூன்றும் வெவ்வேறாக இருக்க, அவற்றை இவர் ஒன்றாகச் சொல்கிறாரே!' என்ற ஐயம் இங்கே எழலாம்.

பக்தி, கர்மம், ஞானம்

இதைப்பற்றி இங்கே சற்றுச் சிந்திக்கலாம் என்று நினைக்கிறேன். பக்தியோகம், கர்மயோகம், ஞானயோகம் என்று வேதாந்த சாஸ்திரங்களில் மூன்று நெறியைச் சொல்வார்கள். அந்த மூன்றும் ஒன்றிற்கு ஒன்று தொடர்பு இல்லாதன என்று நினைப்பது தவறு. பக்தி யில்லாமல் நற்கர்மம் இல்லை; ஞானமும் இல்லை. அப்படியே நற்கர்மம் இன்றி ஞானம் இல்லை; பக்தியும் இல்லை. ஞானம் இன்றி நற்கர்மமும் பக்தியும் இல்லை. இந்த மூன்றில் எது மிகுதி யாக இருக்கிறதோ அதை எண்ணிப் பக்தி நெறி, கர்ம நெறி, ஞான நெறி என்று வழங்குவார்கள்.

இங்கே அப்பர் சுவாமிகளுடைய திருப்பாட்டு ஒன்றைப் பார்க்கலாம். "ஆண்டவன் எல்லா இடத்திலும் இருக்கிறான். அப்படி இருந்தாலும் எல்லோருக்கும் தெரிய வில்லையே!' எனக் கூறுகிறவர்களுக்குச் சொல்கிறார் அப்பர் சுவாமிகள்.

விறகு முழுவதும் அக்கினி இருக்கிறது. ஆனால் அது எப்பொழுது தோன்றுகிறது? தீப்பெட்டி இல்லாத பழங் காலத்தில் கட்டையைக் கடைந்து தீ உண்டாக்குவார்கள். விறகை எந்த இடத்தில் கடைந்தாலும் தீயானது தோன்றும்.

விறகு முழுவதும் இருக்கும் தீ அதைக் கடைந்தால் வெளிப்படும்.

பாலில் வெண்ணெய் ஒவ்வொரு துளியிலும் இருக்கிறது. அதைத் தயிராக்கிக் கடையும்போது வெண்ணெய் தோன்றுகிறது.கடையாவிட்டால் தோன்று வதில்லை. வைரம் முதலிய மணிகள் சுடர் வீசுபவை. அவற்றைச் சாணையிட்டுக் கடைய வேண்டும். கடையாத மணி மங்களாக இருப்பது கொண்டு அதை ஒளியில்லாத கல் என்று சொல்வது முறையன்று. விறகு, பால், மணி என்னும் மூன்று விதமான பொருள்களையும் கடைந்தால் அவற்றினூடே மறைந்திருக்கும் தீ, வெண்ணெய், ஒளி ஆகியவை வெளிப்படும்.

அப்படியே எம்பெருமான் பார்க்குமிடம் எங்கும் நீக்கமற இருந்தாலும் அன்பு என்னும் கோலை நட்டு ஞானம் என்னும் கயிற்றினால் கடைந்தால் வெளிப்படுவான்.

'விறகில் தீயினன்; பாலில் படுநெய்போல்
மறைய நின்றுளன் மாமணிச் சோதியான்;
உறவு கோல்நட்டு உணர்வுக் கயிற்றினால்
முறுக வாங்கிக் கடையமுன் நிற்குமே.'

இறைவன் தீயைப் போலவும் வெண்ணெயைப் போலவும் ஒளியைப் போலவும் மறைந்து நிற்கிறான். கடையும் பொருள் மூன்றிலிருந்து வெளிப்படுபவை அவை. மூன்றும் கடையும் பொருள்களே ஆயினும் கடையும் முயற்சியில் வேற்றுமை உண்டு. விறகை நன்றாக முறுக வாங்கிக் கடைந்தால்தான் நெருப்பு உண்டாகும். பாலில் வெண்ணெய் தோன்ற அவ்வளவு பலம் வேண்டாம்; வாங்கிக் கடையவேண்டும். இவ்வளவு சிரமங்கூட மணிக்கு வேண்டியதில்லை; கடைந்தாலே போதும்; ஒளி தோன்றி விடும். அழுந்த முறுகக் கடைய வேண்டியது விறகு. நடுத்தரமாகக் கடைவது பால். மெல்லக் கடைவது மணி. இப்படியே மக்களில் முதல் இடை கடை என்று மூன்று வகையான மன இயல்புடையவர்கள்

இருக்கிறார்கள். பல வகையால் முயன்று பக்குவம் பெறுவாரும் ஓரளவு முயன்று அது பெறுவாரும் சிறிதளவில் அது பெறுவாரும் உண்டு.

எத்தகைய முயற்சி செய்தால் இறைவனை உணரலா மென்பதை அந்த உவமையின் வாயிலாகவே தெரிந்து கொள்ளலாம். நாவுக்கரசர் நவில்கிறார், கடையும் செயலை இன்னவாறு செய்ய வேண்டும் என்று.

தாய்மார்கள் தயிர் கடைவதைப் பார்த்திருக்கிறோம். ஒரு கம்பத்தை ஒட்டிச் சட்டியை வைத்து, அதிலே தயிரை ஊற்றி, மத்தைச் சட்டியில் இட்டு அதைக் கம்பத்தோடு தொடர்புடையதாக்கி, மத்தைச் சுற்றியுள்ள கயிற்றைப் பிடித்து இழுத்துத் தயிர் கடைகிறார்கள். மத்துச் சுழலும் போது அதற்கு ஆதாரமாக இருக்கிற கம்பம் அசையாமல் இருக்க வேண்டும். அது ஆடினால் எத்தனைதான் கடைந் தாலும் வெண்ணெய் திரளாது. தயிர்ச் சட்டியே உடைந்தாலும் உடைந்துவிடும்.

கடவுளை உணர்வது கடைவதுபோன்ற செயலென் றால் அதற்கும் சாதனங்கள் உண்டு. கடைவதற்கு நட்ட கோலும், கயிறும் வேண்டும். இறைவனைக் காணும் முயற்சிக்கும் ஒரு கோல் வேண்டும்; கயிறு வேண்டும்.

"உறவு கோல்நட்டு உணர்வுக் கயிற்றினால்
முறுக வாங்கிக் கடையமுன் நிற்குமே."

அன்பு என்ற கோலை நட்டு, உணர்வு என்ற கயிற்றைக் கொண்டு கடைய வேண்டும். உறவு என்பது பக்தி. அது அசையாமல், தளராததாக இருக்க வேண்டும். அசஞ்சல பக்தி என்று கூறுவார்கள். கடைவதற்குக் கோல் நடுவது முதல் காரியம். கயிறு மாறும்; சட்டி மாறும்; தயிர் மாறும்; கடைபவர் மாறலாம். ஆனால் நட்ட கம்பம் மாத்திரம் நிலையாக இருக்கும். அதுபோல இறைவனைக் கடைந்து உணரும் செயலில் பக்தி இன்றியமையாதது. மற்றவற்றில் வேறுபட்ட அளவு இருப்பினும், தளர்வற்ற அன்பு அல்லது பக்தி மாறாமல் இருக்க வேண்டும்.

உணர்வு அல்லது ஞானத்தைக் கயிறாகச் சொல்கிறார். ஞானம் என்பது வர வர வளர்வது. அறியப்படும் பொருள் விரிய விரிய ஞானம் விரிகிறது. அதில் பல நிலைகள் உண்டு. ஆதலின் கயிற்றை உவமையாகச் சொன்னார்.

இந்த இரண்டோடு கடைவதாகிய செயலும் வேண்டும். அது இல்லாவிட்டால் மற்றவை இருந்து பயன் இல்லை.

உறவு என்பது பக்தி ; உணர்வு என்பது ஞானம் ; கடைதல் கர்மம். அந்த மூன்றும் சேர்ந்து முயற்சி செய்தால் இறைவன் முன் நிற்பான்.

மூன்று வகை மக்கள்

இறைவனை உணர்ந்து கொள்ளும் முயற்சியில் மூன்று வகையினர் உண்டென்று முன்னே சொன்னேன். விறகுக் கட்டை மனிதர், பால் மனிதர், மணி மனிதர் என்று அவர் களுக்குப் பேர் கொடுக்கலாம். பிறவித் துன்பத்தில் உழன்று உழன்று தடித்துப் போன உள்ளம் படைத்தவர் களுக்கு எளிதில் இறைவனைப் பற்றிய உணர்வு வருவதில்லை. வாழ்க்கையில் மிகவும் அல்லலுற்று நைந்து போன பிறகே அவர்கள் அறிவு பெறுகிறார்கள்.

அடுத்தபடி பாலைப் போன்ற உள்ளம் படைத்தவர்கள் இருக்கிறார்கள். குருநாதனுடைய கிருபையால் அவர்கள் அருள் பெறுகிறார்கள்.

“கடவுள் மனத்தில் இருக்கிறார் என்கிறீர்களே ; என் மனத்தில் இருக்கிறாரா? இருந்தால் எங்கே காட்டுங்கள் பார்ப்போம்" என்று சொல்கிறவர்கள் உண்டு. ஒரு சின்னக் குழந்தை தன் தாயிடம் போய், "இந்தப் பாலில் வெண்ணெய் இருக்கிறது என்றாயே! வெண்ணெயைக் காணோமே. எங்கே காட்டு, பார்ப்போம்" எனக் கேட்டால் அம்மா என்ன சொல்லுவாள்? "என் அருமைக் குழந்தையே, பாலை இப்படியே

வைத்துக்கொண்டு பார்த்தால் உனக்கு வெண்ணெய் தெரியாது. பாலின் ஒவ்வொரு துளியிலும் வெண்ணெய் இருக்கிறது. அதை இங்கே கொண்டு வா, காட்டுகிறேன்' என்று சொல்லிப் பாலை வாங்கிக் காய்ச்சி உறைகுத்தி, தயிராக்கி, வாங்கிக் கடைந்து வெண்ணெயை உருட்டி, அதன் கையில் கொடுப்பாள். அதைப்போல, "என் மனதில் இருக்கிற கடவுளைக் காட்டு, பார்ப்போம்" எனக் கேட்டுக்கொண்டு வருபவர்களை ஞானகுருக்கள் அவர்களை விட்டே அன்பு என்னும் உறவு கோல் நட்டு, உணர்வு என்னும் கயிற்றைக் கொண்டு, வாங்கிக் கடையச் சொல்லி ஆண்டவனைக் காட்டுகிறார்கள்.

மூன்றாவது வகையினரான மக்கள் மணியைப் போன்ற வர்கள். கொஞ்சம் பாசி படர்ந்திருக்கிற மணியைக் கடைந்தாலே ஒளி வீசுவதைப் போல, அந்த மக்கள் முன்னைப் பிறப்பில் கடுந்தவம் செய்து, யோகாப்பியாசங்கள் செய்து ஆண்டவனைக் காண இடைவிடாது சாதனை செய் தவர்களாக இருப்பார்கள். பாயசத்திற்கு ஏலக்காய் தூள் பண்ணிப் போட மறந்துவிட்டது போல, குழம்புக்கு மாவு கரைத்து ஊற்றி இறக்கி வைக்க மறந்துவிட்டது போல, தலைவாரிப் பின்னிக்கொண்டு உடையெல்லாம் எடுத்துக் கட்டிக்கொண்டு அலங்காரம் பண்ணிக் கொண்டவள் நெற்றிக்குப் பொட்டு வைத்துக் கொள்ள மறந்துவிட்டது போல, எல்லாவிதமான ஏற்பாடுகளையும் செய்துவிட்டுக் கல்யாணத்திலே தாலி கட்ட மறந்துவிட்டதைப் போல, இவர்கள் முந்திய பிறப்பில் எல்லாவிதமான காரியங்களை யும் செய்துவிட்டு இறைவன் அருளைப் பெறுவதற்குள் மரித்திருப்பார்கள். அவர்களை யோகப்பிரஷ்டர்கள் என்று சொல்வார்கள். அவர்கள் இப் பிறப்பில் விட்ட குறை தொட்ட குறையாக மிக விரைவில் இறைவன் அருளைப் பெற்றுவிடுவது உண்டு. குழம்பு கொதிக்க நேரமாகுமே தவிர, மாவு கரைத்து ஊற்றி இறக்கி வைக்க நேரமாகாது. கல்யாண ஏற்பாடுகளைச் செய்ய நேரமாகுமே தவிர, தாலி கட்ட நேரமாகாது. பாயசம் வைக்க நேரமாகுமே தவிர, ஏலக்காய்

பொடி பண்ணிப்போட நேரம் ஆகாது. அவ்வாறு இறைவன் அருளைப் பெறுவதற்கு வேண்டிய எல்லா விதமான ஏற்பாடுகளையும் முற் பிறப்பிலேயே செய்து கொண்டுவிட்டவர்கள் இந்தப் பிறப்பில் மிக எளிதில் அவ்வருளைப் பெற்றுவிடுகிறார்கள்.

''நரைவரும் என்றுஎண்ணி நல்லறி வாளர்
குழவி யிடத்தே துறந்தார்''

என்பது நாலடி. நல்ல அறிவுடையவர்கள் குழந்தைப் பிராயத்திலே உள்ளத் துறவைப் பெற்றுவிடுகிறார்களாம்.

ஞான சம்பந்தப் பெருமான் குழந்தைப் பருவத்திலேயே ஞானம் பெற்றார். மிகப் பெரியதாக உயர்ந்திருக்கிற கட்டிடத்தைப் பார்க்கின்ற குழந்தைக்குப் பூமிக்கு அடியில் அஸ்திவாரம் எத்தனை ஆழத்தில் போடப்பட்டு இருக்கிறது எனத் தெரியுமா? அவ்வளவு பெரிய கட்டிடம் அஸ்திவாரம் இல்லாமல் எழும்பாது என்பது நமக்குத் தெரியும். அந்த அஸ்திவாரம் மறைந்திருக்கும். கட்டிடம் மேலே தெரியும்.

விட்டகுறை தொட்டகுறையுடைய யோகப்பிரஷ்டர்கள் முந்திய பிறப்பில் பலமான அஸ்திவாரம் போட்டுக் கொண்டவர்கள்; அவர்களுக்கு இந்தப் பிறப்பில் கொஞ்சம் முயற்சி இருந்தால் போதும். இறைவனைக் காணும் நிலை வந்து விடுகிறது.

எந்த நிலையில் இருப்பவர்களானாலும் உறவு, உணர்வு, செய்கையாகிய மூன்றும்

மூன்றும் வேண்டும். பக்தி, ஞானம், கர்மம் என்ற மூன்றும் ஒன்றனோடு ஒன்று தொடர்பு உடையவை. அந்த மூன்றும் இணைந்த முயற்சியிலேதான் இறைவனைக் காணமுடியும்.

பக்தி இல்லாமல் கர்மம், ஞானம் இருந்து பயனில்லை. கர்மம், ஞானம் இல்லாமல் வெறும் பக்தி இருந்தால் பயனில்லை. எம்பெருமானிடத்தில் பக்தி இல்லாமல்,

தாருகாவனத்து ரிஷிகள் கர்மாக்களைச் செய்தனர். அவர்கள் நல்ல பயனைப் பெற்றார்களா? இல்லை. இறைவ னுடைய பெருமையை உணரும் ஞானமும் அவர்களுக்கு இல்லாமற் போயிற்று. அவனைப் பகைவனாக எண்ணித் தீய வேள்வி செய்து அதில் எழுந்த பாம்புகளை ஆண்டவன் மேல் ஏவிவிட்டார்கள். இறைவன் அந்தப் பாம்புகளையே ஆபரணமாகப் பூண்டு, அவர்கள் தருக்கை அழித்தான். மூட பக்தி என்று சொல்கிறோமே, அது ஞானம் இல்லாத பக்தி. பக்தரைப் போல ஆடிப் பாடுவார்கள். ஆனால் பயன் விளையாது. தன்னுடைய உடம்பையே அறுத்து அறுத்து அவிசாகப் போட்டான் சூரபன்மன்; அவனுக்குப் பக்தியோ ஞானமோ இல்லை. அவனைப்போலக் கடுந்தவம் செய்ய இயலாது; ஆனால் அந்தத் தவம் நல்ல பயனை உண்டாக்கவில்லை. அதன் பயனாக உலகத்திற்குத் தீங்கு விளைந்தது ; முடிவில் அவனுக்கும் தீங்கு விளைந்தது.

ஞான சாஸ்திரம் படிக்கிறவர்களிற் சிலர், "இறைவ னிடத்தில் பக்தி செய்து, தொண்டு செய்து பயன் என்ன? அகம் பிரம்மாஸ்மி என்று பாவனை செயதால் போதும்" என்பார்கள். ஞான நூல்களைப் படித்த மாத்திரத்தில் ஞானமே வந்துவிட்டதாக எண்ணிக்கொள்வார்கள். நூலறிவு தர்க்கத்துக்கு உதவுமேயன்றி அநுபவத்துக்குப் பயன்படாது. ஆண்டவனிடத்தில் பக்தி செய்து, தொண்டு செய்தால் ஞானசித்தி பெறலாம்.

"ஞானம் அடைந்துவிட்ட பிறகு பக்தி வேண்டிய தில்லை' என்று சிலர் சொல்வார்கள். பெரிய மாளிகையின் உள்ளே நுழைவதற்கு உதவிய வாயிற்படியை யாராவது உள்ளே நுழைந்த பின் அடைத்துவிடுவார்களா? எந்த வாசலின் வழியாக உள்ளே நுழைந்தார்களோ அந்த வாசலை நன்றாக அலங்கரித்து வைப்பார்கள். தங்களுக்கு ஞானம் உண்டாவதற்குக் காரணமாய் இருந்த மூர்த்தியை அவரவர்கள் கடைசி வரையிலும் வைத்துப் பூசித்துப் பக்தி செய்வார்கள். குரு பரம்பரையில் முதன்மை ஸ்தானம் வகிக்கின்ற சமயாசாரியர்களைப் பார்க்கலாம். சங்கரர் வழிவந்த

ஆசாரியர்கள் அம்பிகையைப் பூசிக்கிறார்கள். சைவ மடங்களிலும் பூசை வழிபாடுகள் நடைபெறுகின்றன. மற்றச் சமய ஆசாரியர்களும் ஆராதனையை விடவில்லை. மகா ஞானியாகிய சதாசிவப் பிரம்மேந்திரர் கிருஷ்ணனையும் ராமனையும் உருகி உருகிப் பாடியிருக்கிறார். சில காலத்துக்கு முன் வாழ்ந்திருந்த ராமகிருஷ்ண பரமஹம்சர் அம்பிகையின் பூசையிலே பேரானந்தம் பெற்றார். ஆகவே, "எனக்கு ஞானம் வந்து விட்டது; இறைவனுக்குத் தொண்டு செய்யமாட்டேன்" என்று சொல்வது சரியன்று.

சீவன் முக்தன் செயல்

சிவஞான போதம் என்ற ஞான நூலில் பனனிரண்டு சூத்திரங்கள் இருக்கின்றன. அதில் கடைசிச் சூத்திரம் என்ன சொல்லி முடிகிறது, தெரியுமா?

"செம்மலர் நோன்றாள் சேரல் ஒட்டா
அம்மலம் கழீஇ அன்பரொடு மரீஇ
மால்அற நேயம் மலிந்தவர் வேடமும்
ஆலயந் தானும் அரன்எனத் தொழுமே"

என்பது அது. சீவன் முக்தர்களுக்கும் சில சமயங்களில் வாசனை வந்து தாக்கும். உடம்பு இருக்கிறவரைக்கும் அந்தத் த்தாக்குதலுக்கு இடம் உண்டு; அதனால் ஞானம் பெற்று விட்டோம் என்று அசட்டையாக இருத்தலாகாது. வாசனை வந்து தாக்காமல் எப்பொழுதும் விழிப்பாக இருக்கவேண்டும்.

மேலான ஞானம் பெற்ற சீவன் முக்தர்களும் வாசனா மலம் தாக்காமல் இருக்க இரண்டு காரியங்கள் செய்ய வேண்டுமாம். சிவவேடத்தையும் ஆலயத்தையும் வழிபட வேண்டும். "சாதாரண மக்கள் இறைவன் அருளைப்பெற அவனிடம் அன்பு கொண்டவர்களாக ஆலயத்திற்குப் போகவேண்டும்" என்று சொல்வதைக் கேட்கிறோம். ஞானம் பெற்றவர்களும் வாசனா மலம்தாக்காமல் இருப் பதற்காக ஆண்டவனிடத்தில் அன்பு செய்து தொண்டு செய்யத்தான் வேண்டுமாம்.

இல்லாவிட்டால் நாளடைவில் உலகம் வாசனா மலத்தை அவர்களுக்கும் கொண்டு வந்து விடுமாம். இப்படி ஞான சாஸ்திரம் பேசுகின்றது.

இந்த உண்மையெல்லாம் அநுபவத்தினாலே உணர்ந்த அருணகிரியார், "செந்தில் வேலனுக்குத் தொண்டாகிய என்அவிரோத ஞானச் சுடர் வடிவாள்" என்றார். "என்னிடம் செந்தில் வேலனுக்குத் தொண்டாகிய அன்பு வாள் இருக்கிறது. அது ஞானத்திற்குப் புறம்பானது அல்ல. அதுவே அவிரோத ஞானச் சுடர் வடிவாள்" என்கிறார்.

அவிரோத ஞானம்

ஞானம் என்பது அறிவு. உங்கள் வீட்டின் எண் பன்னிரண்டு என்று நான் அறிந்தால் அதுவும் ஒருவகை ஞானந்தான். இனிப்புப் பண்டத்தை வாயில் போட்டு உண்டு, இனிக்கிறது என்று அநுபவித்துச் சொன்னால் அதுவும் அறிவுதான். இந்த அறிவெல்லாம் உலகியலறிவு. இத்தகைய அறிவைக் கொண்டு நாம் உலகிலுள்ள வற்றைப் பிரித்துப் பிரித்து அறிகிறோம். இவன் வேண்டியவன், இவன் வேண்டாதவன், இவன் நம் சாதி, இவன் வேறு சாதியைச் சேர்ந்தவன், இது ஆண், இது பெண் என் றெல்லாம் பிரித்துப் பிரித்து அறிகிறோம். இது நமக்கு வேண்டும், இது நமக்கு வேண்டாம் என்று வேறுபாடு காண்கிறோம். இது பேத ஞானம், இதையே விரோத ஞானம் என்றும் சொல்லலாம்.

எமனுக்குக் கூற்றுவன் என்று ஒரு பெயர். அவன் உடம்பையும் உயிரையும் கூறு போட்டுப் பிரிப்பதனால் அப்பெயர் பெற்றான். உலகில் உள்ளனவற்றை எல்லாம் கூறு போட்டுப் பிரித்துப் பார்க்கின்ற பேத ஞானம் உடைய நாம் கடைசியில் கூற்றுவன் கையிலே சிக்கிக் கொள்கிறோம்.கூறு படுத்தும் ஞானம் கூறு படுத்தும் கூற்றுவன் கையில் நம்மைச் சிக்க வைத்து விடுகிறது.

இறைவனுடைய திருவடிக்கண்ணே உண்மையான அன்பு செய்கிறவர்களுக்கு அபேத ஞானம் வரும்; எல்லா

உயிர்களிடத்திலும் சமமான தயை பிறக்கும். வேறு படுத்திப் பார்க்கத் தோன்றாது. திருச்செந்தூர்ப் பிள்ளைத் தமிழில் முருகனை,

'சேரா நிருதர் குலகலகா'

என்று அதன் ஆசிரியர் பாடுகிறார். நிருதர்களாகிய அசுரர்கள் தாமும் ஒன்று சேர மாட்டார்கள். பிறரையும் ஒன்று சேர விடமாட்டார்கள்; இணைய வேண்டியவைகளை யும் பிரித்துத் துன்புறுத்தும் நாட்டமுடையவர்கள். அந்த உணர்ச்சி உடையவர்கள் யாவருமே அசுர பரம்பரையினர் என்று சொல்லிவிடலாம்.

அணைக்கும் கை தாயின் கை; அமரர் கை; தெய்வக் கை. பிரிக்கும் கை பேயின் கை; அசுரர் கை. இறைவனிடம் தொண்டு பூண்டவர்கள் அணைக்கும் கையும் இணைக்கும் மனமும் உடையவர்கள்; கண்ட ஞானம் இன்றி அகண்ட ஞானம் பெற்றவர்கள். அவிரோத ஞானிகள் அவர்கள்; யாரிடமும் பகையின்றி, வெறுப்பின்றி வாழ்கிறவர்கள். 'அவிரோத உந்தியார்' என்ற ஞான நூல் ஒன்று தமிழில் உண்டு.

செந்தில் வேலனுக்குத் தொண்டு என்றாலும் அவிரோத ஞானம் என்றாலும் ஒன்றுதான். ஒவ்வொரு நிலையிலிருந்து பார்க்கும்போது ஒவ்வொரு வகையாகத் தோற்றும். ஆனாலும் வேறுபாடு இல்லை.

இறைவன் தொண்டும் உயிர்களிடம் அன்பும்

முருகனுடைய தொண்டினால், உலகத்து ஆருயிர்கள் அத்தனையும் ஒன்று என்ற நினைப்பு வந்தது. ஆண்டவனுக்கு அவ் வுயிர்களெல்லாம் குழந்தைகள் என் உணர்ந்து, பிரித்துப் பிரித்துப் பார்க்கின்ற தன்மை மாறி, எல்லாவற்றையும் ஒன்றாகப் பார்க்கின்ற அவிரோத ஞானம் வந்தது. "அந்த வாள் என் கையில் இருக்கிறது" என்று அருணகிரியார் பேசுகின்றார். ஆண்டவனுக்குத் தொண்டு செய்பவர்கள் உயிர்களுக்கும் தொண்டு செய்து அன்பு பாலிப்பார்கள். இந்த இரண்டும்

ஒன்றோடு ஒன்று ஒட்டியவை.தகப்பனிடம் அன்பு செய்பவர்கள் யாரேனும் அவனுடைய குழந்தையை அலட்சியம் செய்யலாமா? சிவபெருமானிடம் பக்தியோடு தொண்டு புரியும் பிரம்மா அப்படித்தான் முருகனை அலட்சியம் செய்துவிட்டு உள்ளே நுழைந்தான். அவனுடைய தலைக்கிறுக்கை அடக்கினான் முருகன்.

இறைவனிடம் அன்பு உள்ளவர்கள் என்றால் அவனுடைய குழந்தைகளாகிய உலகிலுள்ள உயிர்களிடத் திலும் அன்பு செய்தால்தான் இறைவன் அவர்களுக்கு அருள் செய்வான். அவன் வேறு, இவன் வேறு என்கிற விரோத ஞானம் போய், எல்லோரும் ஆண்டவனுடைய குழந்தைகள் என்கிற அவிரோத ஞானத்தால் காலனையும் வென்று விடலாம்.

"வந்து பார்"

அருணகிரியார். "என்னிடத்தில் தொண்டாகிய வாள் இருக்கிறது. அவிரோதஞானம் என்கிற வாளும் அது தான்" என்கிறார்.

சுடர்வடிவாள்.

சுடர்-தேசுவடி-கூர்மை. கண் உடையவனுக்குத்தான் ஒளியைப் பார்க்க முடியும்; தேசு பொருந்தி விளங்குகின்ற வாளைக் காண முடியும். கண் இல்லாதவன் வாள் தன்மேல் படும்போதுதான் அதன் கூர்மையால் உணர முடியும். "இந்த ஞானச் சுடர் வாளைக் கண்டாய் அல்லவா?" என்றார் அருணகிரியார். யமனுக்கு அந்தகன் என்பது ஒரு பேர். அச்சொல்லுக்குக் குருடன் என்ற பொருள் உண்டல்லவா? ஆகையால் உடனே, "ஓ, நீ அந்தகன் அல்லவா? உனக்கு இந்த வாளின் சுடர் எங்கே தெரியப் போகிறது? உடம்பிலே கொஞ்சம் கீறினால்தான் தெரியும். எங்கே, என் கைக்கு எட்டும்படி வா பார்க்கலாம்; இதன் கூர்மையைக் காட்டுகிறேன்' என்கிறார்.

செந்தில் வேலனுக்குத் தொண்டாகிய என் அவிரோத ஞானச் சுடர்வடிவாள் கண்டாயடா! அந்தகா! வந்து பார், என்றன் கைக்கு எட்டவே.

"ஏதோ நான் வெற்று வேட்டு என்று நினைக்காதே. என் கையில் பள பளவென்று மின்னுகின்ற கத்தியை நீ பார்த் தாலும் நாடகக்காரன் கையிலுள்ள கத்தி என்று எண்ணி விடுவாய். சாதாரணக் கத்தியைவிட அது அதிகப் பளபள வென்றுதான் இருக்கும். இது ரேக்கு ஓட்டிய அக் கத்தியைப் போலக் கண்ணுக்கு மாத்திரம் பளபளக்கின்ற சுடர் வாள் என்று எண்ணிவிடாதே. ஏ அந்தகா, என் கைக்கு எட்டும்படியாகச் சற்று என் அருகில் வந்து பாரேன். இந்தக் கத்தியின் கூர்மை எவ்வளவு என்பதையும் காட்டுகிறேன்" எனச் சொல்வதுபோல இருக்கிறது இது.

அவரைப் போலவே நாமும் தைரியமாகச் சொல்ல வேண்டுமென்றால் நமது நெஞ்சங்களிலும் முறுக்கு ஏற வேண்டும். செந்தில் வேலனுக்குத் தொண்டரானால் தான் முறுக்கு ஏறும். அவனுக்குத் தொண்டராக மாத்திரம் இருந்துகொண்டு உலகிலுள்ள உயிர்களிடத்து அன்பு இல்லாமல் இருத்தலாகாது. அவன் உயர்ந்தவன், இவன் தாழ்ந்தவன் என்று கூறுபோட்டுக்கொண்டு இருந்தால் கூற்றுவனுக்குத்தான் இரையாகும்படி நேரிடும். கூற்று வனையே வெட்டி வீழ்த்த வேண்டுமென்றால் கூறு போட்டுப் பிரித்து விடுகின்ற விரோத ஞானம் போக வேண்டும். செந்தில் வேலனுக்குத் தொண்டு செய்துகொண்டே உலகிலுள்ள ஆருயிர்களெல்லாம் அவன் குழந்தைகள் என உணர்ந்து, எல்லா உயிர்களிடத்திலும் அன்பு பாலிப்பதே அவிரோத ஞானம்.

வீரம்

அந்த ஞானம் நமக்கு வந்துவிட்டால் நெஞ்சிலே எத்தனை வீரம் வந்துவிடும், தெரியுமா? யமனுக்கு அஞ்சாத தைரியம் வரும். திருடனையும் பாம்பையும் பேயையும் கண்டு

அஞ்சாத தைரியம் ஒரு தைரியமா? காலனுக்கு அஞ்சாமல் நிமிர்ந்து நிற்கும் வீரமே வீரம். இந்திரியங் களின் வழியே செல்கிறவர்களுக்கு அந்த வீரம் வராது. இறைவன் அருளை நம்பிப் பக்தியில் முறுகினவர்களுக்கு வரும். உண்மை அடியார்களை வீரர் என்று பெரிய புராண ஆசிரியர் சொல்கிறார்.

“ஆரம் கண்டிகை; ஆடையும் கந்தையே;
பாரம் ஈசன் பணிஅல தொன்றிலார்
ஈர அன்பினர்; யாதும் குறைவிலார்;
வீரம் என்னால் விளம்பும் தகையதோ?"

சேக்கிழார் ஒரு பெரிய அரசாங்கத்தில் மந்திரியாகப் பதவி வகித்தவர். பல போர்களைப் பார்த்தவர். வீரம் இன்னது என்பதை நன்கு உணர்ந்தவர். அத்தகையவர், "இந்த வீரம் என்னால் விளம்பும் தன்மையுடையதோ?" என்று கூறுகிறார். சிறந்த வீரம் அதுதான்.

அத்தகைய வீரப் பெருமக்களுடைய கூட்டத்தைச் சேர்ந்தவர் அருணகிரியார். நம்முடைய கோழை நெஞ்சத் தில் தைரியம் பிறந்து முறுக்கு ஏறி உய்யவேண்டுமென்ற பெருங் கருணையோடு இந்தப் பாட்டைப் பாடுகிறார்."நான் செந்தில் வேல்முருகனுடைய தொண்டன். எல்லா உயிர்களிடத்தும் அன்பு பாலிக்கின்றவன். என்னுடைய கையில் என்ன ஆயுதம் இருக்கிறது தெரியுமா? செந்தில் வேலனுக்குத் தொண்டாகிய அவிரோத ஞானச் சுடர் வடிவாள் இருக்கிறது. அந்தகா, வந்து பார் சற்று என் கைக்கெட்டவே. என்னை நெருங்கினால் என்ன செய்வேன் தெரியுமா? உன் கையில் இருக்கிற தண்டாயுதமும் திரிசூலமும் விழத் தாக்கி உன்னைத் திண்டாட வெட்டி விடுவேன்" என்று சொல்லும் இந்த அறைகூவலை நாம் திருப்பித் திருப்பிச் சொல்லிக்கொண்டே இருந்தால் நமது உள்ளத்தில் முறுக்கு ஏறும். நரம்புகளில் முறுக்கு ஏறும். நம்மிடம் உள்ள கோழைத் தன்மை போகும்.

தண்டா யுதமும் திரிசூல
மும்விழத் தாக்கிஉன்னைத்
திண்டாட வெட்டி விழவிடு
வேன்;செந்தில் வேலனுக்குத்

தொண்டா கியஎன் அவிரோத
ஞானச் சுடர்வடிவாள்
கண்டா யடா அந்த கா! வந்து
பார்சற்று என் கைக்கெட்டவே,

[அந்தகா! நீ பிடித்த தண்டாயுதமும் திரிசூலமும் விழும்படி யாக உன்னைத் தாக்கி நீ திண்டாடும்படியாக வெட்டி விழச் செய்வேன்; திருச்செந்தூரில் எழுந்தருளியிருக்கும் வடிவேற் பெருமானுக்குத் தொண்டு செய்யும் இயல்பாகிய எனது அவிரோத ஞானம் என்னும் சுடர்வீசும் கூரிய வாளைக் கண்டாயே; அடா, இங்கே சற்று என் கைக்கு எட்டும்படியாக வத்து பார்.

திண்டாட - செயலிழந்து தவிக்க. தொண்டு-தொழும்பு; அடியானாகிய தன்மை, வடி-கூர்மை]

காலத்தை வெல்லுதல்

உயிர் உடம்பை விட்டுப்போனால் மரணம் அடைந்தார். என்று சொல்வதும் வழக்கம். ஆனால் இந்த உடம்பு இருக்கும்போதே சாவது ஒன்று இருக்கிறது. ஆங்கிலத்தில் 'கோழை பல முறைகள் மரிக்கிறான்' என்று சொல்வது வழக்கம். தனக்கு வருகிற துன்பத்துக்கு அஞ்சாமல் எதிர்த்து நின்று உறுதியோடு வாழ வகை தெரியாதவன் பயத்தினாலேயே ஒவ்வொரு கணமும் செத்துப் போகிறானாம். "அவன் பயந்து பயந்து சாகிறான்" என்று நாம்கூடச் சொல்கிறோம். பயமுள்ளவனைச் செத்துப்போனவனுக்குச் சமானமாகச் சொல்வதற்குரிய காரணத்தை ஆராயவேண்டும்.

வாழாத வாழ்வு

உடம்பு படைத்த அளவிலே ஒருவனை வாழ்கிறான் என்று சொல்ல இயலாது. பக்கவாதம் வந்தால் ஒருவனுக்குக் கை கால் சுவாதீனம் இல்லாமல் போய் விடுகின்றன. அவன் நூறு ஆண்டுகள் உயிரோடு இருந் தாலும் சுகமாக வாழ்ந்தான் என்று சொல்வது பொருந்தாது. "முப்பது ஆண்டு வாழ்ந்தவனும் இல்லை ; முப்பது ஆண்டு கெட்டவனும் இல்லை" என்று சொல் வார்கள். இங்கே வாழ்வது என்பது உயிரோடு இருப்பது என்ற பொருளுடையது அன்று. எல்லா அங்கங்களும் குறைவறப் பெற்ற பயனை நன்றாக அநுபவித்தால் வாழ்வதாகச் சொல்லலாம்.

சிலருடைய உடம்பு வெறும் பிண்டமாக இருக்கும். கண்ணைத் திறக்கும், பேசாது. அந்த உடம்பில் உயிர் இருந்தாலும் 'வாழ்கிறேன்' என்று சொல்லும் தகுதி அதற்கு

இல்லை. உடம்பை எந்த வகையில் பயன்படுத்திக் கொள்ள வேண்டுமோ, அந்த வகையில் பயன்படுத்திக் கொண்டு வாழ்வதுதான் வாழ்க்கை.

கை உடையவன் அந்தக் கையால் அடிக்கடி பிறரை அடித்து வேலை செய்தால் போதாது.கை செய்ய வேண்டிய உத்தமமான வேலை எதுவோ அதைச் செய்தால் தான் கை வாழ்ந்தது என்று சொல்லலாம். உடம்பு முழுவதும் வாழ்வதாவது, உடம்பிலுள்ள அங்கங்கள் எல்லாம் தத்தமக்குள்ள ஒழுக்கமுறையில் நின்று உத்தமமான காரியங்களைச் செய்வதாகும். உடம்பு முழுவதும் இருந்தாலும் ஒருவனுக்குத் தீவினைப்பயனால் ஒரு கை குறையாக இருக்கிறது என்று வைத்துக் கொள்வோம். மற்றவர்கள் இருகையாலும் செய்யும் காரியங்களை அவன் செய்ய முடியாது. ஒருவனுக்குக் கண் இல்லை என்று வைத்துக் கொள்வோம். மற்றவர்கள் கண் படைத்ததனால் உலகி லுள்ள பொருள்களின் வடிவம், நிறம், அழகான காட்சி ஆகியவற்றைப் பார்த்துப் பார்த்து இன்புறுகிறார்கள்; அவனால் அந்த அநுபவத்தைப் பெற இயலாது. உடம்பு முழுவதும் இருந்தாலும் கை இல்லாதவனுக்குக் கையினால் வாழ்கின்ற வாழ்வு இல்லை. பிற உறுப்புக்கள் இருப்பினும் கண் இல்லாதவனுக்குக் கண்ணினால் வாழ்கின்ற வாழ்வு இல்லை. கந்தப்பெருமானுக்குத் திவ்யமான அலங்காரம் செய்திருக்கிறார்கள் என்றால், காதாலே அந்தச் செய்தியைக் கேட்கலாமே யொழிய, கண்ணாலே கண்டு இன்புற முடியாது. ஐந்து பொறிகளையும் குறைவறப் பெற்ற ஒருவன் ஐந்து பங்கு வாழ்கிறான் என்றால் கண் என்ற ஒரு பொறி இல்லாதவன் நான்கு பங்கு தான் வாழமுடியும். உயிரும் உடம்பும் ஒன்றி இருந்தால் மட்டும் வாழ்வதற்குப் போதுவதில்லை என்ற உண்மையை இவற்றால் உணர் கிறோம். "உறுப்புக் குறைவாக இருந்தால்தான் நன்றாக வாழ முடியாது; உறுப்புக்கள் எல்லாம் நன்றாக உள்ளவன் நன்றாக வாழ்கிறான் என்று சொல்லிவிட முடியுமா?" என்பது அடுத்த கேள்வி. அதையும் சற்றே ஆராயலாம்.

எல்லா உறுப்புக்களையும் கொண்டவன் வாழவும் வாழலாம்; தாழவும் தாழலாம். நல்ல மணம் வீசுகிற ஓர் இடத்திற்குப் போகிறவன், "ஆ எவ்வளவு இன்பமான மணமாக இருக்கிறது!" என்று நறுமணத்தை நுகர்ந்து அநுபவிக்கிறான். ஆனால் அவனது மூக்கே துர்நாற்றம் ஒன்றை நுகர்ந்தால், "சீ, என்ன நாற்றம்! மூக்கை அறுத்து எறி" என்று சொல்வதைக் கேட்கிறோம். மிதிக்கத் தகாத ஒன்றை மிதித்துவிட்டால், "ஐயே! காலை வெட்டி எறிய வேண்டும்" என்று சொல்லி அருவருப் படைகிறான்.

லாபநஷ்டக் கணக்கு

இப்படி மனிதன் நல்லவற்றைப் புலன்கள் அநுபவிக்கும் போது இன்புறுகிறான். அல்லாதனவற்றை அநுபவிக்கும் போது வெறுப்புக் கொள்கிறான். நல்லதை உணரும் போது லாபம், அல்லாததை உணரும்போது நஷ்டம் என்று வைத்துக் கொள்ளலாம். லாபமும் நஷ்டமும் இல்லாத நிலை ஒன்று உண்டு.

எல்லா அங்கங்களையும் பூர்ணமாகப் பெற்றிருப்பவன், அவற்றைப் பெற்றிருப்பதன் பயனை நன்கு உணர்ந்து, அவ்வவற்றுக்குரிய ஒழுக்க நெறியில் நின்று உத்தமமான காரியங்களைச் செய்யும்போது லாபம் அடைகிறான். அதமமான வழியில் தன் உறுப்புக்களைச் செலுத்துகின்ற வனுக்கு நஷ்டம். உறுப்பு இல்லாமையினால் உத்தமமான காரியத்தைச் செய்து 'லாபம் அடையாவிட்டாலும், அதமமான காரியத்தைச் செய்வதனால் வருகின்ற நஷ்டம் இல்லை.ஆகவே அவனுக்கு லாபமும் இல்லை; நஷ்டமும் இல்லை.

காது படைத்திருப்பதன் பயனாக நல்ல இனிய திருப் புகழைக் கேட்டால் லாபம். கேட்கத்தகாத ஆபாசமான வற்றைக் கேட்டால் நஷ்டம். காது இல்லாதவனுக்கு எதையுமே கேட்கமுடியாது. ஆகவே லாபமும் இல்லை; நஷ்டமும் இல்லை.

வாய் படைத்திருப்பதன் பயனாகக் கந்தர் அலங்காரம், கந்தர் அநுபூதி முதலியவற்றைச் சொன்னால் லாபம். சொல்லத்தகாதவற்றை, இன்னாதனவற்றை, பொய்யைச் சொன்னால் நஷ்டம். ஊமை எதையுமே சொல்லமுடியாது. ஆகவே லாபமும் இல்லை, நஷ்டமும் இல்லை.

வாயைப் படைத்து, எம்பெருமான் புகழைச் சொல்லாமல் இன்னாதன பேசித் திரிகிறவனைவிட ஊமை நல்லவன் என்று சொல்லவேண்டும். கண்ணைப் படைத்து எம்பெருமான் திருவடியைப் பார்த்துப் பார்த்து மகிழாமல் பார்க்கத் தகாதவற்றைப் பார்த்துத் திரிகின்றானே அவனை விடக் குருடன் நல்லவன். ஊமை செய்த பாவங்களை எல்லாம் பட்டியலாக எழுதினால், வாய் படைத்திருப்பதன் பயனாக ஒருவன் செய்கின்ற பாவங்கள் இரா. குருடன் செய்த பாவங்களைக் கணக்கெடுத்தால் கண் படைத் திருப்பதன் பயனாக ஒருவன் செய்கின்ற பாவங்கள் இரா.

ஆகவே, உறுப்புக்களைப் பெற்றிருக்கின்ற ஒருவன் எப்படி எப்படி அவற்றைப் பயன்படுத்திக்கொள்கிறானோ அவ்வாறே நல்லன பொல்லாதன அமைகின்றன.

"ஒருவன் இரண்டாயிரம் ரூபாய் கொடுத்து வைரம். வாங்கினான். அதுவே அவனுக்கு யமன் ஆக முடிந்தது" என்று கேள்வியுறுகிறோம். காதில் போட்டுக் கொள்வதை வாயில் போட்டுக் கொண்டால் சிறந்த ஆபரணமாகத் திகழவேண்டிய வைரம் நஞ்சாக மாறிவிடுகிறது. இரண் டிடத்திலும் வைரம் என்னவோ ஒன்றுதான். ஆனால் அதை எப்படி உபயோகித்துக் கொள்ளவேண்டுமோ அப்படி உபயோகித்துக் கொள்ளாவிட்டால், அது அவனையே கொல்லும் நஞ்சாகிவிடுகிறது.

உறுப்புக்களும் உத்தமமான காரியங்களைச் செய்தால் தான் வாழ்கின்றன என்று சொல்ல உரியனவாகும். கை அறச் செயல்களைச் செய்தால், அது வாழ்ந்தது என்று சொல்லலாம்.

அப்படியே வாய் உத்தமமான சொற்களைப் பேசினால், அது வாழ்ந்தது என்று சொல்லலாம்.

அரசனும் மந்திரியும்

ஞானேந்திரியங்கள் ஐந்தும் கர்மேந்திரியங்கள் ஐந்தும் ஆகப் பத்துக் கருவிகள் சேர்ந்த உடம்பு ஒரு கோட்டையைப் போன்றது.உயிர் என்ற அரசன் வாழ்வதற்காக இந்த உடம்பாகிய கோட்டையை வகுத்துத் தந்திருக்கிறான் ஆண்டவன். முன்னாலே செய்திருக்கும் வினைப்பயனை அனுபவிக்க உடம்பு வந்துவிடுகிறது. இந்த அற்புதக் கோட்டைக்கு ஒன்பது வாசலை வைத்து ஆண்டவன் அனுப்பியிருக்கிறான். இந்தக் கோட்டையிலிருந்து ஆட்சி செய்யும் ஆத்மா என்னும் அரசனுக்கு இரண்டு மந்திரிகள் முக்கியமானவர்கள். ஒருவன் நல்ல மந்திரி; மற்றொருவன் கெட்ட மந்திரி. மனம் என்பதுதான் கெட்ட மந்திரி. புத்தி என்பது நல்ல மந்திரி. அரசன் எவ்வளவு திறமையுடைய வனாயினும் தானே ஒரு காரியத்தைச் செய்ய முடியாது. மதி மந்திரிகள் மூலந்தான் செய்வான். மந்திரிகளின் அறிவைத் தன் அறிவுக்குத் துணையாகக் கொண்டவன் நல்ல அரசன். மந்திரியின் அறிவையே தன் அறிவாகக் கொண்டான் என் றால் சங்கடம் உண்டாகும். சிறந்த அரசன் தன் அறிவாற்ற லால் யோசனை செய்து மந்திரிகளோடும் ஆராய்ந்து தான் செய்ய நினைத்த காரியம் சிறந்தது என்று முடிவு கண்டால் அதைச் செய்வான்; செய்யத்தகாது எனக் கண்டால் அதைச் செய்யாமல் விட்டு விடுவான்.

சக்கரவர்த்தி திருமகனாகிய இராமபிரான் அப்படித் தான் செய்தார். இராவணனோடு போர் புரிவதற்காகக் கடலைத் தாண்டிச் சென்றார். விபீஷணன் இராமபிரானைச் சரண் என்று வந்து அடைந்தான். சரண் அடைந்த அவனைத் தம் கட்சியில் சேர்த்துக்கொள்ள வேண்டுமென்பது அவருடைய எண்ணம். இருந்தாலும் அமைச்சர்களின் கருத்தையும் அறிய வேண்டுமென்று எண்ணினார். தம் கட்சியில் புதிதாகச் சேர்த்துக்கொள்ள விரும்புகிற விபீஷணன் தங்களுக்கு

அநுகூலமாக இருப்பானா? பகைவர்கள் கட்சியிலிருந்து வந்தவனாயிற்றே; இராவணனுடைய சொந்தத் தம்பி. அவனைப்பற்றி எதுவுமே தெரியாதபோது அவனை ஏற்றுக் கொள்ளலாமா? இதைப்பற்றி விவாதிக்க மந்திரி சபையைக் கூட்டி ஆலோசித்தார். மந்திரிகளுக்கு மதிப்பு வைத்து அவர்களுடைய அறிவைத் தம் அறிவுக்குத் துணையாகக் கொண்டார். அவருக்கு நல்ல மந்திரியாக அநுமன் வாய்த்திருந்தான்.

இரண்டு மந்திரிகள்

ஆத்மாவாகிய அரசன் புத்தி, மனம் என்ற இரண்டு மந்திரிகளைக் கொண்டு எப்பொழுதும் வேலை செய்கிறான். புத்தி என்ற நல்ல மந்திரியின் வேலை அதிகமாக இருந்தால் உய்யலாம். மனம் என்ற கெட்ட மந்திரியின் வேலை அதிகமாக இருந்தால் கீழேதான் போகவேண்டியிருக்கும். புத்தி அதிகமாக வேலை செய்தால் மனம் புத்திக்கு அநுகூலமாக இருக்கும். மனத்தின் ஆற்றல் கூடுதலாக இருந்தால் புத்தி மடங்கிவிடும். மனம் என்ற கெட்ட மந்திரியின் கைப்பொம்மையாகி விட்டால் உலகத்திலுள்ள கண்ணியில் சிக்கிக்கொள்ள நேரும்.

இந்த உடம்பாகிய கோட்டையில் மிகவும் விழிப்பாக இருக்கவேண்டும். இரண்டு பக்கத்திலும் அகழ். இந்த இரண்டு அகழிலும் விழாமல் பாதுகாத்துக்கொள்ள வேண்டும். பாவம், புண்ணியம் என்ற இரண்டு அகழிலும் விழாமல் நின்று மேலும் புதிய சங்கடங்களை உண்டு பண்ணிக்கொள்ளாமல் இருக்கவேண்டும்.

இந்தக் கோட்டையில் ஐந்து நுட்பமான வாசல்களை வைத்து இருக்கிறான். யுத்தம் வந்துவிட்டால் வாசல்களை அடைத்து விடுவார்கள். அங்கே ஆயுதங்களை வைத்திருப்பார்கள். அந்த வாசலின் வழியே பகைவர்கள் உள்ளே நுழையப் பார்த்தால் அவர்களை ஆயுதங்கள் கொண்டு தாக்குவார்கள்.

ஐம்பொறிகளின் வழியே அடிக்கடி அரசனாகிய ஆத்மாவைத் தாக்கப் பகைவர்கள் உள்ளே நுழையப் பார்ப்பார்கள். எத்தனை பகைவர்கள் எதிர்த்தாலும் ஆத்மாவாகிய அரசன் புத்தியென்னும் நல்ல மந்திரியின் துணையையே நாடினால், மனம் என்ற கெட்ட மந்திரி தனித்து இயங்கமாட்டாமல் புத்திக்குச் சார்பாகவே காரியங்களைச் செய்வான். புத்தியின் கருத்துக்களுக்கு ஆத்மாவாகிய அரசன் மதிப்புக் கொடுக்கவில்லை என்றால் மனம் என்னும் மந்திரி தன்னிச்சை போலக் காரியங்களைச் செய்ய ஆரம்பித்து விடுவான். அந்த மந்திரி யுத்த காலத்தில் எப்போதும் ஐந்தாம்படைப் பேர்வழியாகவே வேலை செய்வான். அவன் வழியே போனால் நாசமடைய நேரும். பகைவர்கள் ஐம்பொறி வாயில் வழியே உள்ளே புகுந்து கொள்ளும்படியாக மனம் என்னும் மந்திரி செய்து விடுவான்.

காதாலே நல்லதைக் கேட்கலாம்; பொல்லாததையும் கேட்கலாம். வாயினாலே ஆண்டவன் திருநாமத்தை ஜபிக் கலாம் ; பேசத்தகாத வார்த்தைகளையும் பேசலாம். புத்தி என்ற மந்திரியின் உதவியைப் பெற்றால் காதின் வழியே நல்லவைகளே நுழையும். வாயாலே நல்ல வார்த்தைகளே பேசும் நிலை வரும். மனம் என்ற மந்திரியின் வசப்பட்டு விட்டாலோ கேட்கத் தகாதனவே காது வழியே நுழையும். பேசத்தகாத வசவுகள் வாயிலே பிறக்கும்.

உடம்போடு வாழ்கின்ற வாழ்க்கையில் புத்தி என்ற மந்திரியின் துணை ஆத்மா என்ற அரசனுக்கு எப்பொழுதும் இருந்தால் உடம்பாகிய கோட்டைக்குள் இருக்கும் இந்திரியங்கள் எல்லாம் தத்தமக்குரிய நெறியில் நின்று ஒழுக்கம் மிக்க காரியங்களையே புரியும்.

கோட்டைக்குள் பகைவர்கள் நுழைந்தால், நுழைய முடி யாதபடி தாக்கி அரசனுக்கு எவ்விதமான ஊறும் வராத படி காப்பாற்றுவான். எவ்வளவு பாடுபட்டு உழைக்க வேண்டுமோ அவ்வளவு பாடுபட்டு உழைப்பான்.

உடம்பின் குறை

நமக்குக் கிடைத்த இந்த உடம்பு சித்தர்களுக்குக் கிடைத்தது போல நீண்ட நாள் வாழும் உடல் அல்ல. தேவர்களுக்குக் கிடைத்துள்ள ஒளிமிக்க சரீரமும் அல்ல. ஒரு மனிதன் நூறு ஆண்டு வாழலாம் என்று புத்தகம் சொல்லுகிறது. இந்தியாவில் உள்ளவர்களின் சராசரி வயசு இருபத்தைந்தே. இந்தக் குறுகிய காலமாகிய வாழ்வை உடையது இந்த உடம்பு. அதனோடு பல குறை பாடுகளை உடையது. வறியவனுக்கு ஒரு காணி நிலம் கிடைத்ததுபோல இது நமக்குக் கிடைத்திருக்கிறது. இதை எவ்வளவு சிறப்பான வகையில் இயக்கிப் பயன் பெற வேண்டுமோ அப்படிச் செய்வதே நல்லது.

மக்களுக்கு மிக்க நன்மையைச் செய்ய வேண்டு மென்று ஒருவன் தேர்தலில் நின்று வெற்றி பெற்றான். மந்திரியாகவும் ஆனான். அவன் மந்திரியாக இருக்கும் காலம் இரண்டு வருஷங்கள் தாம் என்றால், அந்த இரண்டு ஆண்டுகளுக்குள் மக்களுக்குச் செய்ய வேண்டிய நன்மைகளைத் தன்னால் முடிந்த அளவு செய்துவிடவேண்டுமென்று முயல்வான். கெட்டவனாக இருந்தால் தனக்கு வேண்டியவர்களுக்கு வேலை வாங்கிக் கொடுப்பான்; அதிகாரத்தைத் தீயமுறையில் செலுத்துவான்; அதனால் விரைவில் பதவியிலிருந்தும் நீக்கப்படுவான்.

பயனுள்ள வாழ்வு

மிகக் குறைந்த காலத்துக்கு மிகக் குறைபாடு உள்ள உடம்பைப் படைத்திருக்கும் மனிதர்களில் நல்லவர்கள் அந்தக் குறிப்பிட்ட காலத்திற்குள்ளாகவே செய்ய வேண்டிய நல்ல செயல்களைச் செய்கிறார்கள். வாழ்வு சில ஆண்டுகளே யானாலும் ஒவ்வோராண்டையும் நாட்களாகப் பிரித்து, ஒவ்வொரு நாளையும் 24 மணியாகப் பிரித்து, ஒவ்வொரு மணியையும் 60 நிமிஷமாகப் பிரித்து, ஒவ்வொரு நிமிஷத்தையும் 60 வினாடிகளாகப் பிரித்து வைத்துக்கொண்டு

கணக்குப் பண்ணி வாழ்கிறார்கள். ஒரு வேளைகூட வாழத் தெரியாதவன்தான், "நான் ஆயிரம் ஆண்டுகள் வாழ்ந்தால் எவ்வளவோ காரியம் செய்து விடுவேன்" என்பான். தான் வாழும் ஒவ்வொரு கணத்தை யும் பயனுள்ளதாகக் கழிப்பவன் நன்றாக வாழ்பவன்.

"ஒருபொழுதும் வாழ்வ தறியார் கருதுப
கோடியும் அல்ல பல"

என்பது வள்ளுவர் வாய்மொழி வீண் ஆசைப்பட்டு, செயலிலே ஈடுபடாத மக்கள் தமக்குக் கிடைத்த குறுகிய வாழ்க்கையில்கூட நன்றாக வாழ்வதில்லை.

"நமக்கு கிடைத்திருக்கும் இந்த உடம்பு சில வாழ் நாளையும் பல பிணிகளையும் உடையது. பல குறைபாடு களைப் பெற்றது. விரிந்துகொண்டே போகின்ற ஆசை களின் அளவோடு ஒப்பிட்டுப் பார்த்தால் நம் ஆயுளின் அளவு மிக மிகக் குறைவு. அதற்குள்ளேயே நீ செய்ய நினைக்கிற காரியங்களின் ஒரு பகுதியையாவது செய்துவிட வேண்டும்.

மேலும் மேலும் ஆசைப்படாமல் கொஞ்சமாக ஆசைப்பட்டு உடனே அதைச் செய்துவிடு. உள்ளே போய் வருகின்ற காற்று எந்த நிமிஷம் சுழல் மாறிப் போய் விடுமோ" என ஞானிகள் நமக்கு அறிவுரை கூறியிருக்கிறார்கள். அவர்கள் சொல்வது நமக்குத் தெரியாதது அன்று.

எவ்வளவு பேர் சொன்னாலும் விளங்காது. நமக்குத் தெரிந்ததையே அவர்கள் நினைப்பூட்டுகிறார்கள். சாப்பிட வேண்டுமென்பது தெரிந்தும் மறந்து போய் உட்கார்ந்திருக்கிற தன் குழந்தையிடம் தாய், "அப்பா, நேரமாகிவிட்டது; குளித்துவிட்டுச் சாப்பிடவா" என நினைப்பூட்டுவது போல அவர்கள் நமக்கு மரணம் உண்டு; என்பதை நினைப்பூட்டுகிறார்கள்.

பற்றுவதே பற்றுதல்

நம் மனம் பற்றுவதைப் பற்றிக்கொண்டே இருக்கும். சாதாரணமாக ஒருவன் இந்தப் பக்கமாகப் போவான். சொற்பொழிவு நடக்கிறதென்று தெரிந்து உள்ளே வந்து உட்கார்ந்தால் சொற்பொழிவைக் கேட்கும்போதே அவன் மனம் தினமும் இங்கே வந்து சொற்பொழிவைக் கேட்க வேண்டுமென்று விரும்பும். ஆனால் சினிமாக்கொட்டகைப் பக்கம் போனால் தினமும் சினிமாவுக்குப் போக வேண்டு மென்று அதைப் பற்றிக்கொள்ளும். இப்படிப் பற்றிக் கொண்டதையே பற்றுவது மனத்தின் சுபாவம். பற்றிக் கொள்வது நல்லதாக இருந்தால் நன்மை விளையும். தீயதாய் இருந்தால் தீமை உண்டாகும். படிக்கிற குழந்தை விஷமம் செய்துகொண்டே இருந்தால் கெட்டுவிடும் என்பதை உணர்ந்து,"படியடா, படியடா'' என்று தாய் பிள்ளைக்கு நினைப்பூட்டுகிறாள். தெய்வத்தை நினைந்து நினைந்து நெக்கு விட்டு உருகி வாழவேண்டிய மக்கள் இறைவனை மறந்து செயல் புரிந்து வருவதைக் கண்டு அவர்களுக்கு இறைவனது நினைப்பு ஊட்டி, "நீங்கள் விரைவில் இறந்து போய்விடுவீர்களே; உங்கள் வாழ்க்கைக் காலம் மிகக் குறைந்தது. இந்தக் குறுகிய காலத்தில் இறைவனது அருளைப் பெற வழி தேட வேண்டும்" என்று நினைப்பூட்டுகிறார்கள் பெரியவர்கள்.

காலத்தைக் கொல்லுதல்

நமக்குக் கிடைத்த காலத்தைத் தக்க வழியில் பயன்படுத்தத் தெரிந்துகொள்ள வேண்டும். 'காலத்தை நாம் கொல்ல வேண்டும், இல்லாவிட்டால் காலம் நம்மைக் கொன்றுவிடும்' என்பார்கள். ஓர் அரசாங்க வேலைக்காரர் வேலையிலிருந்து ஓய்வு பெறுகிறார். ஆனால் ஓய்வு பெற்ற இரண்டு ஆண்டுகளுக்குள்ளாக அவர் இளைத்துப் போவதையும், நோய்வாய்ப் படுவதையும், பின்பு மரிப்பதையும் கண்டிருக்கிறோம். காரணம் என்ன? மிகவும் சுறுசுறுப்பாகப் பத்துமணி முதல் ஐந்துமணி வரையில் காரியாலயத்தில்

உழைத்துப் பழகிப்போன அவருக்கு வீட்டில் அதே நேரத்தில் வேலை செயவதற்கு ஒன்றும் இல்லாமல் தவிக்கிறார். அவர் உடம்பு வாழ்வதில்லை. அதற்கு வேலை கொடுக்க வழியில்லை. காலத்தைக் கொல்ல முடியாமல் தவிக்கிறார். காலன் அவரைக் கொன்று விடுகிறான். காலம் போவது தெரியாமல் இருந்தார், நாள் முழுவதும் உழைத்து வேலை செய்து கொண்டிருந்தபோது. இப்போது வேலை இல்லை. "பொழுது போகவில்லையே" என்று ஏங்க ஆரம்பித்து விடுகிறார். காலத்தைக் கொல்வதற்கு அவரிடத்தில் வேலை இல்லை. ஆரம்ப முதற் கொண்டே, "நின்றும் இருந்தும் கிடந்தும் நினைமின்கள் என்றும் சிவன்தாள் இணை" என்றபடி இறைவனுக்குத் தொண்டு என்ற வேலையை ஒழிவு ஏற்படும் நேரங்களிலே செய்து பழகியிருந்தாரானால், பூர்ண ஓய்வு பெற்ற காலத்தில் அந்த வேலையை முழுநேரமும் செய்வதற்கு அவரால் முடியும். வேலை இல்லையே என்று ஏங்க வேண்டிய அவசியம் இராது. வேலை செய்துகொண்டே இருந்த உடம்புக்கு வேலை இல்லை என்றால் அது வாடி விடுகிறது. உள்ளம் வாடி விடுகிறது. உடம்போடு எத்தனை காலம் இருக்கின்றோமோ அத்தனை காலமும் அதற்கு வேலை கொடுக்கவேண்டும்.

மற்ற வேலைகளுக்கு இட எல்லை, கால எல்லை உண்டு. எந்தப் பொருளுக்குக் கால இட எல்லை இல்லையோ அந்தப் பொருளை நினைக்கும் வேலைக்கும் கால எல்லையே இல்லை. பரம்பொருளைத் தியானம் செய்யத் தலைப்பட்டால் காலம் போவதே தெரியாது. ஓய்வு பெற்ற பிறகு நினைக்கத் தொடங்கினால் எளிதில் அந்த முயற்சி பலிக்காது. மற்ற வேலைகளைச் செய்துகொண்டிருந்தபோதே இந்த வேலையையும் இடையிடையே செய்து வந்தால், நீண்ட ஓய்வு கிடைக்கும்போது இதையே செய்யும் திறமை உண்டாகும். அதற்கு ஏற்ற பழக்கங்களை நம் முன்னோர்கள் வைத்திருக்கிறார்கள். சாப்பிடுவதற்கு முன் சாப்பாட்டை இறைவ னுக்கு நிவேதனம் பண்ணுகிறோம். முதல் கவளத்தை எடுத்து வாயில் போடும்போதே இறைவனை

நினைக்கிறோம். எப்பொழுதுமே கடவுளை நினைந்துகொண்டிருக்கும் ஆற்றல் நமக்கு வராமல் இருக்கலாம். நாம் ஞானி அல்ல. ஆனால் நாம் செய்கின்ற காரியங்களிடையே அவனை நினைக்க வழி உண்டு. எந்தக் காரியம் செய்தாலும் இறைவனை நினைந்து தொடங்கும் வழக்கத்தை நம்மவர் வைத்திருக் கிறார்கள். இடையீடில்லாமல் நல்ல காரியங்களைச் செய்கிறவர்கள் நீண்ட காலம் வாழ்கிறார்கள்.

வெள்ளைக்காரர்கள் அதிக காலம் உயிரோடு வாழ் கிறார்கள். காரணம் என்ன? அவர்களுக்கு நம்மைப்போலத் தெய்வ பக்தி இல்லையே! சம்பளத்திற்குச் செய்கின்ற வேலை அல்லாமல் ஒவ்வொருவரும் ஒரு தொழிலைப் பொழுதுபோக்காக (Hobby)ச் செய்கிறார்கள். சர்ச்சிலை எடுத்துக்கொள்ளுங்கள். வாரக் கடைசியில் அவர் மீன் பிடிக்கப் போய்விடுவார். சிலர் புத்தகம் எழுதுவார்கள். சிலர் தோட்ட வேலை செய்வார்கள். சிலர் தேனீ, கோழி முதலியவற்றை வளர்ப்பார்கள். தாவரங்களைப் பற்றி ஆராய்ச்சி செய்வோரும் உண்டு. சம்பளம் வாங்குகிற உத்தியோகம் அல்லாமல், அந்த வேலை இல்லாத மற்றக் காலங்களிலும் உடம்பு வாழ்வதற்கு, உள்ளம் சோர்வு அடையாமல் வாழ்வதற்கு, அவர்கள் ஒவ்வொருவரும் ஒரு "ஹாபி"யை வைத்துக் கொண்டிருக்கிறார்கள். எத்தனை காலம் வாழ்ந்தாலும் ஏதாவது வேலையைச் செய்து கொண்டே இருப்பார்கள்.

நம் நாட்டில் எல்லாக் காலத்திற்கும் பயன்படுகிற வேலை இறை வழிபாடு. பற்பல கோயில்களைக் கட்டி, ஆறு கால பூசையை ஏற்படுத்தி, அவரவர்களுக்கு எந்தக் காலத்தில் ஒழியுமோ அந்தக் காலத்தில் கோயிலுக்குச் சென்று இறைவனை வணங்க, துதிக்க வழிவகைகளைச் செய்திருக்கிறார்கள். சொந்தமாக இறைவனை நினைந்து பாட நமக்கு ஆற்றல் இல்லாவிட்டால் பல்லாயிரக்கணக் கான பாடல்களை நாம் பாடி மகிழப் பெரியவர்கள் அருளிச் செய்திருக்கிறார்கள். அவற்றையெல்லாம் ஒரு முறை

படிப்பது என்றாலே நமக்கு ஆயுள் போதாது. இயன்ற அளவு அவற்றைப் படித்து ஆழ்ந்தால் மன அமைதி உண்டாகும்.

சீலம்

ஆண்டவன் வழங்கிய உடம்பிலுள்ள அவயங்களை அவன்பால் செலுத்தி நல்லொழுக்க நெறியில் நிற்பதைச் சீலம் என்று சொல்வார்கள். உலகில் பிறந்துவிட்டதனால் கடமைகளைச் செய்ய வேண்டுமென்றாலும் அந்தக் கடமைகளுக்குப் புறம்பே நிற்கின்ற பரம்பொருளை எப்போதும் நினைப்பது நல்ல சீலம். வேலை இல்லாதபோது பரம்பொருளையே அன்பர்கள் தியானம் செய்கிறார்கள். அத்தகையவர்கள் காலத்தை வீண் போக்குவது இல்லை. காலம் போகவில்லை என்று சொல்லாமல் காலம் போத வில்லையே என்பவர்களாக வாழ்கிறார்கள்.

யமனைப் பார்த்து, "அந்தகா! வந்து பார்" என்று அறை கூவினார் அருணகிரியார். அதை முன்பாட்டில் பார்த்தோம். அந்த நிலை எப்படி வந்தது என்ற கேள்விக்கு விடை போல இந்தப் பாட்டைச் சொல்கிறார். 'வாழ்க்கையைப் பயனுடையதாக வைத்துச் சீலத்துடன் வாழ்ந்தால் காலத்தை வெல்லலாம்; அதுவே காலனை வெல்ல வழி' என்று சொல்கிறார்.

நமது வீடுகளில் விழுகிற குப்பையை எடுத்துப் போய் வீதியில் கொட்டினால் கார்ப்பொரேஷன் தொண்டர்கள் அவற்றைப் பெருக்கி எடுத்துப் போகிறார்கள். வீதியில் கொட்டாமல் அருகே வைத்திருக்கிற தொட்டியில் கொட்டி வந்தால் அதில் உள்ள குப்பையை வண்டிக் காரன் வந்து எடுத்துப் போகிறான். தொட்டியிலும் கொட்டாமல் வீட்டுப் புழைக்கடையில் குழிதோண்டிப் புதைத்து எருவாக்கி விட்டால் அந்தத் தெருப் பக்கமே குப்பை வண்டிக்காரனுக்கு வேலை இல்லை. நாற்றம் அடிக்கும் குப்பை வண்டி அங்கே வராது. நமது உடம்பாகிய வீட்டில் மிகுதியான குப்பை கூளங்களை நாம் கொட்டி வைக்கிறோம். அதைச் சுத்தம்

செய்யக் கூற்றுவன் வருகிறான். ஞானாக்கினியில் அக் குப்பை கூளங்களை நாமே பொசுக்கிவிட்டால் அவன் வரவேண்டிய வேலை இல்லை. வீட்டிலும் தெருவிலும் குப்பை கூளங்களைப் போடாமல் தன் வீட்டுத் தோட்டத்திலேயே புதைத்து விடுகிற கார்ப்பொரேஷன் என்ஜினீயர் கார்ப்பரேஷன் வண்டிக் காரனைப் பார்த்து, "இனி இந்தப் பக்கமே வராதே" என அதிகாரத்தோடு சொல்வது போல, யமனைப் பார்த்துப் பேசினார் அருணகிரியார்.

இப்போது அது எப்படிச் சாத்தியமாயிற்று என்பதைத் தெரிந்து கொள்ளும்படி பாடுகிறார்.

நீலச் சிகண்டியில் ஏறும் பிரான்எந்த நேரத்திலும்
கோலக் குறத்தி யுடன்வரு வான்குரு நாதன்சொன்ன
சீலத்தை மெள்ளத் தெளிந்துஅறி வார்சிவ யோகிகளே
காலத்தை வென்று இருப்பார்மரிப் பார்வெறும்கர்மிகளே.

வெறும் கர்மிகள் மரிப்பர். காலத்தை வென்றிருப்பார் சிவ யோகிகள். சிவயோகிகள் சீலத்தை மெள்ளத் தெளிந்து அறிவார். குருநாதன் சொன்ன சீலத்தை அவர்கள் அறிவார்கள். அந்தக் குருநாதன் யார்? நீலச் சிகண்டியில் ஏறிவரும் வள்ளி மணாளன்.

குருநாதன்

முருகனைச் சுமந்துவரத் தன் பெரிய மத்தகத்தைக் காட்டிக் கொண்டு வெள்ளை யானை காத்து நிற்கிறது. நான்கு கொம்புடைய யானை என்பர் அதை. அவனோ பறவையாகிய மயிலின் மீது வருகிறான்.

நீலச் சிகண்டியில் ஏறும் பிரான்.

நீலச் சிகண்டி-நீல நிறம் பொருந்திய மயில். சிகண்டி- மயில். எத்தனை விதமான வாகனங்கள் அவனுக்குக் காத் துக் கிடந்தாலும் அவற்றை எல்லாம் வேண்டாம் என்று ஒதுக்கிவிட்டு, நீல நிறம் பொருந்திய மயிலின் மேலே ஏறி

வருகின்ற பெருமான் அவன். பக்தர்கள் அழைக்கின்ற இடங்களுக்கு அந்த மயில் வேகமாகப் போவதனாலே அவர்களுக்கு அநுகூலம் செய்வதற்காக அதில் செல்கிறான்.

"எந்த நேரத்திலும் அவன் நீலச் சிகண்டியில் வருவான். எந்த நேரத்திலும் கோலக் குறத்தியுடன் வருவான்" என்று எந்த நேரத்திலும் என்ற சொற்களை முன்னும் பின்னும் கூட்டிக் கொள்ளவேண்டும். இதை இலக்கணத்தில் இடைநிலைத் தீவகம் என்பர்.

கோலக் குறத்தி

"முருகப் பெருமானுக்கு இரண்டு- மனைவிகள் உண்டே. ஒருத்தி தேவயானை. மற்றொருத்தி வள்ளி. தேவயானையோடு அவன் வரமாட்டானா?" எனச் சிலருக்குச் சந்தேகம் தோன்றலாம். பக்தர்களுக்கு நம்பிக்கை ஊட்டும் நிலையில் இருப்பவள் வள்ளி. நம்மைப் போல உலகத்தில் பிறந்து வாழ்ந்து முருகன் அருளைப் பெற்றவள். நீங்களும் அவன் அருளைப் பெறலாம் என்று தன் தோற்றத்தினால் புலப்படுத்துகிறாள்.

அவளைக் கோலக் குறத்தி என்கிறார். நாம் சரீர சம்பந்தமான புற அழகைப் பெரிதாக மதிக்கிறோம். ஆண்டவன் புற அழகை நினைக்கிறது இல்லை. குண செளந்தரியத்தைப் பெரிதாக நினைக்கிறான். வள்ளியெம் பெருமாட்டியிடம் குண செளந்தரியத்தை அவன்கண்டான். தன் நாயகனாக முருகனையே அவள் வரித்துவிட்டாள். அவள் மன உறுதியைச் சோதிப்பவனைப் போல வேடனாக வந்தான். கிழவனாக வந்தான். அந்த உருவங்களை எல்லாம் அவள் ஏறெடுத்தும் பார்த்தாளா? "போ, என் அருகில் வராதே" என விரட்டி அடித்தாள். அவள் கோபங்கூட அவனுக்கு இன்பமாக இருந்தது. "உலகத் திலுள்ள மக்கள் நம்மை நாடாமல் எந்த எந்தப் பொருள்களையோ விரும்பி ஓடிக் கொண்டிருக்கிறார்களே; இந்த வள்ளி நம்மைத் தவிர வேறு யாரையும் பார்க்கக் கூட அல்லவா மறுக்கிறாள்? நம்பால்

இவள் கொண்ட உள்ளக் காதல்தான் என்னே!" என வியந்து அவளது அன்பாகிய குண சௌந்தரியத்தைக் கண்டான்.

அவள் எம்பெருமானை அடையாத வரையிலும் குறத்தியாக இருந்தாள். அவனைப் பிரிந்து இருந்தபொழுது வனவிலங்குகளுடனே அவள் இருந்தாள். ஆலோலம் பாடிக்கொண்டு வாழ்ந்தாள். ஆனால் எம்பெருமானை அடைந்தபிறகு, நீலச்சிகண்டியின் மேலே எம்பெருமானின் அருகிலே கோலக் குறத்தியாக இருக்கிறாள். எம்பெருமான், 'எந்த நேரத்திலும் கோலக் குறத்தியுடன் வருவான்.

எப்போதும் வருவான்

காலத்தை வெல்லவேண்டியவர்களாகிய நாம், எந்தப் பொழுதில் பூசை செய்யவேண்டும்? எப்போது அவனை நினைத்தால் வருவான்? சில பணக்காரர்களைப் போய்ப் பார்க்க வேண்டுமென்றால், "இந்த வேளையில் போகவேண்டும்; அப்போதுதான் அவர் சிரித்த முகமாக இருப்பார்; மற்ற நேரங்களில் போனால் 'வள்' என்று விழுவார்" எனச் சொல்வது இல்லையா? முருகனுக்கு அப்படி வரையறையாக இந்தக் காலந்தான் அடியார்களுக்கு அருள் புரியும் காலம் என்பது இல்லை. அவன் எப்போதும் வருவான். அவனுக்கு அதுதான் வேலை.

சிறந்த வள்ளல்களாக இருந்தவர்களுக்கே இன்ன நேரத்தில்தான் கொடை வழங்குவார்கள் என்ற வரையறை இல்லை. மலையமான் திருமுடிக் காரி என்பவன் வள்ளல். அவனைப்பற்றிய பாடல்கள் புறநானூற்றில் இருக்கின்றன. அவனிடம் பரிசு பெறப்போகிறவர்கள் ஒரு நல்ல நாள் பார்த்துச் சகுனம் பார்த்துச் செல்லவேண்டும் என்பதில்லையாம். நல்ல நாள் இல்லாவிட்டாலும் சகுனம் ஆகாவிட்டாலும் தம் குறையை எடுத்துச் சொல்லும் ஆற்றல் இராவிட்டாலும் போகிறவர்கள் வெறும் கை யோடு வரமாட்டார்கள். அவன் கொடைக்கு நாள் இல்லை; முகூர்த்தம் இல்லை; எப்போதும் கொடுப்பவன்.

"நாளன்று போகிப் புள்இடை தட்பப்
பதனன்று புக்குத் திறனன்று மொழியினும்
வறிது பெயர்குநர் அல்லர், நெறிகொளப்
பாடான்று இரங்கும் அருவிப்
பீடுகெழு மலையற் பாடி யோரே."

முருகன் வள்ளல்களிற் பெரிய வள்ளல். அவனுக்கு இன்ன காலம் என்ற வரையறை இல்லை. அவனை எப்பொழுது வேண்டுமானாலும் திருப்புகழ் பாடித் துதிக்கலாம். எதற்கும் ஒரு காலம் குறிப்பிட்டு வேலை செய்கின்ற நாம், ஆண்டவனைத் துதிக்கவும் ஒரு குறிப் பிட்ட காலம் வேண்டுமே எனக் கலங்கவேண்டாம். எப்போது கூப்பிட்டாலும் அவன் வருவான். 'எந்த நேரத்திலும் என்பதோடு எந்த இடத்திலும் என்பதையும் சேர்த்துக் கொள்ளவேண்டும். "எந்த இடத்திலிருந்து நீ கூப்பிட்டாலும் அவன் வருவான்" என்று கொள்ளலாம்.

நீலச் சிகண்டியில் ஏறும்
பிரான்எந்த நேரத்திலும்
கோலக் குறத்தியுடன் வருவான்.

நீல வண்ணம் பொருந்திய மயிலின்மேலே ஏறும் பிரான் எந்த நேரத்திலும், எந்த இடத்திலும் கோலக் குறத்தியுடன் வருவான். யார் அழைத்தாலும் வருவான். அவன் அருள் எல்லாக் காலத்திலும், எந்த இடத்திலும் கிடைப்பது மாத்திரம் அல்ல. எந்தப் பக்குவத்தில் இருந்தாலும் அவன் அருள் செய்வான். "இறைவன் அருளைப் பெறுவதற்கு நான் எந்த விதமான பூசையையும் செய்ய வில்லையே! நான் இவ்வுலகில் மிகப் பாவியாகப் பல தீய செயல்களை அல்லவா செய்து கொண்டிருக்கிறேன்? எனக்கு அவன் அருள் எப்படிக் கிடைக்கும்?" எனப் பயப்படவேண்டியதில்லை. நாம் எந்த நிலையில் இருந்தா லும், எந்தக் கோலத்தில் இருந்தாலும், அவனை அழைத் தால் போதும்; அவன் ஓடி வந்து நமக்கு அருள் செய்யக் காத்திருக்கிறான். குறமகளோடு வருவது இதைப் புலப் படுத்துகிறது.

வள்ளி இருந்த நிலை என்ன? அவள் கோலம் என்ன? அவள் பிறந்து வாழ்ந்த குடி எப்படிப்பட்டது? அவை எல்லாம் நமக்குத் தெரியும். வேடர்களின் மத்தியிலே, தினைக் கொல்லையைக் காத்துக் கொண்டு, குற மகளாக வள்ளி இருந்தாலும், அவள் அவனை நினைந்துக் கூப்பிட் டாள். அவள் குலத்தையும், கோலத்தையும், அவள் வாழ்ந்து கொண்டிருந்த நிலையையும் கண்டு எம்பெருமான் வராமல் இருக்கவில்லை. ஓடிப் போய் அவளை ஆட்கொண்டான். "உன்னைக் காட்டிலும் தாழ்வான சூழலில் இருந்தவள் வள்ளி. அவளை ஆட்கொண்ட எம்பெருமானை நினைந்து நீ உருகி அழைத்தால் அவன் உன்னை ஏற்றுக் கொள்வான். அதற்காகவே அவன் கோலக்குறத்தி வள்ளியுடனேயே வருவான்" என்னும் கருத்துப் புலப்பட அருணகிரியார் இதை உபதேசிக்கிறார்.

உபதேசம்

அவன் குருநாதன்; உபதேசம் செய்கின்றவன். பல இடங்களிலே அருணகிரியார் தமக்கு உபதேசம் செய்தவன் முருகன் என்பதைச் சொல்லியிருக்கிறார்.

"தேனென்று பாகென் றுவமிக்
கொணாமொழித் தெய்வவள்ளி
கோன்அன்று எனக்கு உபதேசித்தது
ஒன்றுஉண்டு"

என்று முன்பே சொல்லியிருக்கிறார். அந்தக் குருநாதன் வருவான். அவன் ஒரு சீலத்தைச் சொன்னவன்.

குருநாதன் சொன்ன
சீலத்தை மெள்ளத் தெளிந்தறி
வார் சிவயோகிகளே.

அவன் சொன்ன சீலம் அல்லது ஒழுக்கத்தை மெள்ளத் தெளிந்து அறிபவர் சிவயோகிகளாம். "நமக்கு வள்ளி நாயகன் ஒன்றும் உபதேசம் செய்யவில்லையே! அருணகிரி நாதர்

அல்லவா உபதேசம் செய்கிறார்?" என்று நாம் நினைக்கலாம். கங்கை நீர் பல பல கால்வாய்களின் வழியாக வந்தாலும் அது கங்கை நீரே தவிர வேறு நீர் ஆகாது. கங்கைத் தண்ணிரை ஒரு சின்னச் செம்பில் மொண்டு கொண்டு வந்து வைக்கிறோம். எத்தனை காலம் ஆனாலும் அது கங்கையாகவே நம் வீடுகளில் இருக்கின்றது. உபதேச மும் அத்தகையதே. பரம்பரை பரம்பரையாக அது வந்து கொண்டிருக்கிறது. காலத்தினால் இடையறாமல் ஞான குரு பரம்பரை தொடர்ந்து வந்து கொண்டே இருக்கிறது. கங்கையில் இருக்கிற நீரும் நம் வீட்டில் இருக்கிற நீரும் ஒன்றேயாவதுபோல முருகன் எம்பெருமானுக்கு உபதேசம் செய்ய, அவர் முனி புங்கவர்களுக்கு உபதேசம் செய்ய, அவர்கள் வழிவழியாக மக்களுக்கு உபதேசம் செய்ய அந்த உபதேச மொழி வந்து கொண்டே இருக்கிறது. குமரகுருபரன் சொன்ன மூல உபதேசமே இன்று பல கால்களாகப் பிரிந்து அருணகிரிநாதரைப் போன்ற நல்லோர்கள் வாயிலாக நமக்குக் கிடைக்கிறது. அவன் சொன்ன காலம் வேறு, சொன்ன இடம் வேறு என்று எண்ணாமல் அவனே குருநாதனாக இப்போதும் எழுந்தருளி வந்திருக்கிறான் என்று எண்ணுவதுதான் முறை.

" அருபரத் தொருவன் அவனியில் வந்து
குருபர னாகிய கொள்கையைச்
சிறுமை என்று இகழாதே"

என்பது திருவாசகம்.

எப்போதும் ஆண்டவனை நினைத்து வாழ்வதே குரு நாதன் சொன்ன சீலம். இந்தச் சீலத்தை யார் அநுஷ்டிக் கிறார்களோ அவர்கள் சிவயோகிகள். குருநாதன் எனக்குச் சொன்ன என்று பொருள் செய்யாமல் 'யாவருக்கும் பயன்படும்படி சொன்ன' என்று கொள்ள வேண்டும். இன்றும் குரு பரம்பரை இருக்கிறது. அவர்கள் சொல்கின்ற சீலத்தை யார் மெள்ளத் தெளிந்து அறிவார்களோ அவர்கள் காலத்தை வென்றிருப்பார். சீலம் என்பது ஒழுக்கம். வாக்கினாலும் உடம்பினாலும் செயலாலும் அவ்வவற்றுக்குரிய ஒழுக்க நெறியில்

நிற்பவர்கள் காலத்தை வென்றிருப்பார்கள். மனிதன் வாழ் நாளில் நினைப்பினாலும், வாக்கினாலும், செயல்களினாலும் பூரண வாழ்வுக்கேற்ற வரன் முறையை யறிந்து செயல் செய்து ஒழுகவேண்டும். அந்த ஒழுக்கத்தின் ஆதார சுருதியாக இறையுணர்ச்சி இருக்க வேண்டும். அந்த வகையில் ஈடுபடுகிறவனுக்குக் காலம் போவதே தெரியாது.

காலத்தை வெல்லுதல்

ஒருவன் தொழிற்சாலையில் வேலை செய்கிறான். காலையில் சங்கு ஊதியபோது உள்ளே நுழைகிறான். இயந்திரங்களின் நடுவில் தன்னை மறந்து வேலை செய்கின்ற அவன் பிற்பகல் ஒரு மணிக்குச் சங்கு பிடித்தவுடன் தான் தன் நினைவு பெற்று, 'மணி ஒன்றாகி விட்டதே!' என நினைக்கிறான். ஐந்து மணி நேரம் தன்னை மறந்து வேலை செய்தான். நேரம் போனது அவனுக்குத் தெரியவில்லை. மற்றொருவன் வீட்டிலே காலைச் சிற்றுண்டியை உண்டு விட்டு உட்கார்ந்திருக்கிறான். "பொழுது போகவில்லையே, பொழுது போகவில்லையே!" என்று உள்ளுக்கும் வெளிக்கு மாக நடந்து கொண்டிருக்கிறான். இப்படிக் காலத்தை நினைந்து, காலத்தைக் கொல்வதற்கு வழி தெரியாமல் திணறி மனம் சலித்துப் போகின்றவர்களைக் காலன் கொண்டு போய் விடுகிறான். காலனை வெல்லக் காலத்தை வென்று வாழ்பவர்கள் யார்? குருநாதன் சொன்ன சீலத்தை மெள்ளத் தெளிந்து அறியும் சிவயோகிகள். இவர்களே காலத்தை வென்றிருப்பவர்கள்; காலனையும் வெல்கிறவர்கள்.

ரெயிலில் ஏறிப் படுத்த பிரயாணி ஒருவர் இருநூறு மைல் தூரத்தை எவ்விதச் சிரமமும் இன்றி, கண்களில் எரிச்சல் இல்லாமல் சுகமாகத் தூங்கிக் கொண்டே கடந்து விடுகிறார். வாழ்க்கையிலே குருநாதன் சொன்ன சீலத்தை மெள்ளத் தெளிந்து அறிந்த சிவயோகிகள் இறைவள் அருள் நினைவிலே தூங்கிக் காலத்தைச் சுகமாக வென்று எவ்விதமான பயமும் துன்பமும் இன்றிக் காலனையே வென்று விடுகிறார்கள்.

யோகம்

யோகம் என்பது மனத்தை நிறுத்துதல்; சித்த விருத்தியைத் தடுத்தல்.

"யோகாஸ் சித்த வ்ருத்தி நிரோத' என்பது பதஞ்சலி யோகசூத்திரம்.

வேகமாக ஓடுகின்ற உள்ளத்தை இறைவன் நாமத்தைச் சொல்லிச் சொல்லி நிறுத்தினால் அதுவே யோகம். குருநாதன் சொன்ன சீலத்தைக் கடைப்பிடித்து, மனத்தைச் சுத்தமாக வைத்து, ஆண்டவன் அருள் நெறியில் ஒழுக வேண்டும். அந்த நெறிப்படி செல்கின்ற வர்கள் சித்த விருத்தியை ஒழித்துக் காலத்தை வெல்வார்கள்.

வெறும் கர்மிகள்

மரிப்பார் வெறும் கர்மிகளே.

இறைவனை நினைந்து செய்கின்ற கர்மமே யோகம் ஆகிவிடுகிறது. கர்மங்கள் நிஷ்காம்ய கர்மம், காம்ய கர்மம் என இருவகைப்படும். எவன் கர்மத்தின் விளைவில் கருத்தை வைத்துச் செய்கின்றானோ அவனுக்குப் பிறவி உண்டு. பிறவியினாலே துன்பம் உண்டு. பலனைப் பற்றிச் சிறிதும் கவலைப்படாமல் எது வந்தாலும் வரட்டும் என்று இறைவன் மேலே பாரத்தைப் போட்டு ஒழுக்க நெறியிலே நின்று எவன் தன் கடமைகளைச் செய்கிறானோ அவனுக்குப் பிறவி இல்லை ; துன்பமும் இல்லை. அவன் செய்வது வெறும் கர்மம் அல்ல ; யோகமாகிய கர்மம். அவன் கர்மயோகி. இறைவனை நினைக்காமல் தான் செய்கின்ற காரியத்திற்கு உடனே கூலியை எண்ண கிறவன் செய்வது வெறும் கர்மம். அவனே வெறும் கர்மி. இறைவன்பால் பக்தி இல்லாமல் செய்பவை வெறும் கர்மங்கள். ஆண்டவன் நெறியில் எந்த விதமான கூலியையும் எதிர்பார்க்காமல் செய்கின்ற கர்மங்கள் எல்லாம் யோகமாக மாறிவிடுகின்றன. அத்தகையவன் காலத்தை மறந்து இறைவனது திருவருள் விலாசத்திலே

தூங்குகிறான். இறைவனை நினைக்காமல் தான் செய்கின்ற கர்மங்களின் பயனையே நினைந்து வாழ்பவன் காலத்தைக் கொல்ல மாட்டாமல் தவிக்கிறான். அவனைக் காலம் பயமுறுத்த, பின்னர்க் காலன் வந்து பயமுறுத்துகிறான். வாழும்போதே அவன் செத்துப் போவான். வாழ்ந்தும் வாழாது இருக்கின்றவன் அவன், நடமாடும் பிணமாக வெறும் கர்மியாக இருக்கிறான். இத்தகைய வெறும் கர்மிகள் மரிப்பார்கள்.

குருநாதனிடம் பக்தியின்றி அவன் சொன்ன சீலம் இன்னதென்று தெரியாமல் தம் மனம்போன போக்கிலேயே செய்பவர்களையும் வெறும் கர்மிகள் என்னலாம். அவர்களும் பயன் கருதிச் செயல் புரிவோரும் ஒரே வகையைச் சார்ந்தவர்களே.

மனிதர்களாக இருந்தாலும், தேவர்களாக இருந்தாலும் இறைவனை நினைந்து வாழாதவர்கள் அசுரர்கள். இவர்கள் செய்கின்ற கர்மாக்கள் வெறும் கர்மாக்கள். அவர்கள் வெறும் கர்மிகளே: கர்ம யோகிகள் அல்ல.

'வாழ்நாளில் எந்தக் காரியத்தைச் செய்தாலும் இறைவன் இருக்கின்றான் என்ற நினைப்போடு, செய்கின்ற காரியங்களின் பலனைக் கருதாமல் இறைவனையே நினைந்து தங்கள் கடமைகளைச் செய்கின்றவர்கள் யோகிகள். இவர்கள் காலத்தை வென்றிருப்பார்கள்; காலனையும் வென்று விடுவார்கள். இறைவனை நினைக்காமல் மற்றக் காரியங்கள் எத்தனை செய்தாலும், அவர்கள் வெறும் கர்மிகள்தாம். அவர்கள் காலத்தை வெல்லாமல், கால னுக்கு இரையாகி மரிப்பார்கள்.' இதுவே இந்தப் பாடலின் கருத்து.

நீலச் சிகண்டியில் ஏறும்
பிரான்எந்த நேரத்திலும்
கோலக் குறத்தி யுடன் வரு
வான்குரு நாதன்; சொன்ன
சீலத்தை மெள்ளத் தெளிந்தறி

வார்சிவ யோகிகளே
காலத்தை வென்றிருப் பார்;மரிப்
பார்வெறும் கர்மிகளே.

(நீல மயிலின் மேல் ஏறி வரும் பெருமானும் எந்த வேளையிலும் அழகையுடைய குறத்தியாகிய வள்ளியுடன் வருபவனுமாகிய குருநாதன் உலக மக்கள் உய்யும் பொருட்டுத் திருவாய் மலர்ந்தருளிய ஒழுக்கத்தை மெல்லத் தெளிந்து உணர்பவர்களாகிய சிவயோகிகளே காலத்தை வென்றிருப்பார்கள்; அந்தச் சீலத்தை உணராமல் வெறும் கர்மத்தைச் செய்பவர்கள் மரிப்பார்கள்.

சிகண்டி-மயில். சீலம்-ஒழுக்கம், கர்மிகள் மரிப்பார் என்றமையால் சிவயோகிகள் மரணமிலாப் பெருவாழ்வைப் பெறுவார்கள் என்று கொள்க. அவர் காலத்தை வென்றிருப்பார் என்றமையால் வெறும் கர்மிகள் காலத்தால் வெல்லப்படுவார் என்று கொள்க.]

முற்றும்.

★★★

9 788199 777408